வானம் கீழிறங்கும்போது
[1976 முதல் 2023 வரை எழுதிய கவிதைகள்]

# வானம் கீழிறங்கும்போது
(1976 முதல் 2023 வரை எழுதிய கவிதைகள்)

**ஆனந்த்** (பி. 1951)

கவிஞர், நாவலாசிரியர், மொழிபெயர்ப்பாளர். மனநல ஆலோசகராகவும் மனிதவள மேம்பாட்டுப் பயிற்சியாளராகவும் செயல்பட்டு வருகிறார்.

ராபர்ட்டோ கலாஸ்ஸோவின் 'க', 'மிஸ்டர் ஜூல்ஸுடன் ஒரு நாள்', யோஸே ஸரமாகோவின் 'அறியப்படாத தீவின் கதை' ஆகிய நூல்களையும் மொழிபெயர்த்திருக்கிறார்.

மின்னஞ்சல்: anandh51ad@gmail.com

ஆனந்த்

# வானம் கீழிறங்கும்போது
(1976 முதல் 2023 வரை எழுதிய கவிதைகள்)

காலச்சுவடு பதிப்பகம்

● அன்பார்ந்த வாசகருக்கு,

வணக்கம்.

காலச்சுவடு நூலை வாங்கியமைக்கு நன்றி.

நூலின் உள்ளடக்கம், உருவாக்கம், அட்டைப்படம் இன்ன பிற அம்சங்கள் பற்றிய உங்கள் கருத்துகளையும் ஆலோசனைகளையும் காலச்சுவடு வரவேற்கிறது. தகவல், எழுத்து, வாக்கியப் பிழைகள் தென்பட்டால் கட்டாயம் தெரிவித்து உதவுங்கள். நூல் தயாரிப்பில் கடும் குறைபாடு இருப்பின் மாற்றுப் பிரதி உங்களுக்குக் கிடைக்கக் காலச்சுவடு ஏற்பாடு செய்யும்.

மின்னஞ்சல்: **publisher@kalachuvadu.com**

காலச்சுவடு நாகர்கோவில் அலுவலகத்திற்குக் கடிதம் அனுப்பலாம்.

தங்கள்
எஸ்.ஆர். சுந்தரம் (கண்ணன்)
பதிப்பாளர் — நிர்வாக இயக்குநர்

**வானம் கீழிறங்கும்போது** (1976 முதல் 2023 வரை எழுதிய கவிதைகள்) ◆ கவிதைகள் ◆ ஆசிரியர்: ஆனந்த் ◆ © கி. ஆனந்த் ◆ முதல் பதிப்பு: டிசம்பர் 2023 ◆ வெளியீடு: காலச்சுவடு பப்ளிகேஷன்ஸ் (பி) லிட்., 669, கே.பி. சாலை, நாகர்கோவில் 629001

காலச்சுவடு பதிப்பக வெளியீடு: 1245

**vaanam kiiziRankumpootu** (Poems written from 1976 to 2023) ◆ poems ◆ Author: Anandh ◆ © K. Anandh ◆ Language: Tamil ◆ First Edition: December 2023 ◆ Size: Demy 1 x 8 ◆ Paper: 18.6 kg maplitho ◆ Pages: 352

Published by Kalachuvadu Publications Pvt. Ltd., 669, K.P. Road, Nagercoil 629001, India ◆ Phone: 91-4652-278525 ◆ e-mail: publications @kalachuvadu.com ◆ Printed at Compuprint Premier Design House, Chennai 600086

ISBN: 978-81-19034-75-8

12/2023/S.No. 1245, kcp 4434, 18.6 (1) rss

மேடும் பள்ளங்களும் இருள் படர்ந்த காடுகளும் நிறைந்த
என் கவிதைப் பயணத்தில் என்னுடன்
அயராமல் பங்குகொண்டு துணை வரும் நண்பன்
தேவதச்சன் என்ற ஆறுமுகத்துக்கு

# பொருளடக்கம்

*என்னுரை:* கைபிடித்து அழைத்துச் செல்லும் கவிதை — 17
*முன்னுரை:* எங்கும் போகாமல் எப்போதும் போகும் நதி — 33

## புதிய கவிதைகள்

அந்த இடம் – 1 — 41
அந்த இடம் – 2 — 42
அந்த இடம் – 3 — 43
அந்த இடம் – 4 — 44
நிலைக்கண்ணாடி – 1 — 46
நிலைக்கண்ணாடி – 2 — 48
புதிய தீவுகள் — 50
புதிய கானம் — 51
கதைக்குள் அவன் — 52
கடலும் கிணறும் — 54
உள்ளங்கை உலகம் — 55
உடல்வழிச் சாலை — 56
அவனுடைய கணம் — 57
பர சுகம் — 58
ஒளி வரும்வரை — 60
அதுவும் இதுவும் — 62

| | |
|---|---|
| முதல் முத்தம் | 63 |
| புற்களும் மரங்களும் | 64 |
| மன்றத்தில் ஒரு கால் | 65 |
| என் வீடு | 66 |
| முதல் மழைத்துளி | 68 |
| குழலோசை | 69 |
| இங்கே | 70 |
| மகரந்தத்தின் வாசனை | 71 |
| இன்னுமோர் இடம் | 72 |
| பெருவெள்ளம் | 74 |
| தூரத்து மலைகள் | 75 |
| செம்மாபுரி | 76 |
| அந்தப் புள்ளி | 78 |
| திரிபுரப் பயணம் | 80 |
| யாரும் கேட்காத கானம் | 82 |
| நானின் கதை | 83 |
| தாலாட்டு | 84 |

**அளவில்லாத மலர்**

| | |
|---|---|
| வேகம் | 87 |
| உன்னை என்னை | 88 |
| தரை | 89 |
| வானத்தின் அணைப்பு | 90 |
| தலையின் கதை | 91 |
| அலறல் | 92 |
| ஆதிமொழி | 94 |
| அந்த நாள் | 95 |
| எனக்கான இடங்கள் | 96 |
| எப்போதும் | 97 |

| | |
|---|---|
| இடைவெளி | 98 |
| இடைவேளையில் | 99 |
| இண்டு இடுக்குகள் | 100 |
| இருளுக்குள் விழும் நிழல் | 102 |
| இதெல்லாம் இங்கு | 103 |
| காதல் | 104 |
| கைவிளக்கு | 105 |
| கண்களுக்குப் பின்னால் | 106 |
| காத்திருக்கும் வேளை | 108 |
| ஊர்வலம் | 109 |
| மாடிப்படி | 110 |
| மலைமுகடுகளுக்கு அப்பால் | 111 |
| மரங்கள் பேசும் ரகசியங்கள் | 112 |
| மழை | 113 |
| மீன்கொத்தி | 114 |
| மேகம் கறுத்தபின் | 115 |
| மிதந்துகொண்டு | 116 |
| முத்துக்குள் சிப்பி | 117 |
| முகமும் முதுகும் | 118 |
| கோரைப் பற்கள் | 120 |
| நானென்னில் | 121 |
| நத்தைகளின் பயணம் | 122 |
| நீலத் திட்டு | 123 |
| ஒற்றைச் செய்தி | 124 |
| ஓட்டைப் பாத்திரம் | 125 |
| படுகை | 126 |
| பேரலை | 127 |
| பெருங்குழி | 128 |

| | |
|---|---:|
| பெருங்குகை | 129 |
| பெயரைத் தேடி | 130 |
| பெருந்தோப்பு | 132 |
| பிறகு | 133 |
| புதியது | 134 |
| திரைச்சீலைக் காட்சிகள் | 137 |
| செய்திகள் | 138 |
| சுவர் | 140 |
| தனித்துத் திரிந்த மீன்கள் | 141 |
| மலையெங்கும் தாமரைகள் | 142 |
| தொங்கல் | 144 |
| உள்ளங்கை வெளி | 145 |
| உயிர்ச்சுனை | 146 |
| வேறு ஒரு உலகம் | 147 |
| விதை | 148 |
| யானையும் எறும்பும் | 149 |
| யாளிகளின் வரலாறு | 150 |

## காலடியில் ஆகாயம்

| | |
|---|---:|
| எல்லாமும் எப்போதும் | 153 |
| இங்கே எப்போது | 154 |
| இல்லாத கோடு | 155 |
| சிறு பறவை அழைத்துவரும் மேகம் | 156 |
| நினைவு நதி | 157 |
| உலகை நிரப்பி | 158 |
| பறந்து செல்லும் பறவை | 159 |
| நாளை வரும் | 160 |
| யுத்தக் காட்சி | 161 |
| மலர்க்கண்கள் | 162 |

| | |
|---|---|
| முதல் அம்பு | 163 |
| காத்திருத்தல் | 164 |
| உறுதிமொழி | 165 |
| பற்றுதல் | 166 |
| அலை | 167 |
| நம் கதை | 168 |
| கணக்கில்தான் | 172 |
| சந்திப்பு | 173 |
| சற்றைக்கு முன் | 176 |
| வழியில் தங்கியவர்கள் | 177 |
| கடைசிக் காட்சிகள் | 179 |
| காலடியில் ஆகாயம் | 180 |
| நம் எல்லைகள் | 181 |
| முதல் முடிச்சு | 182 |
| புதுநிலம் | 183 |
| வெளி இடை வேளை | 184 |
| நடை பயிலல் | 185 |
| அதனால்தான் | 186 |
| வினோதம் | 187 |
| இரட்டைக் கவிதை | 188 |
| பார்வை வெளி | 189 |
| என் பெயர் | 190 |
| உரத்த ரகசியம் | 191 |
| உன் குரல் | 192 |
| உலகம் தோன்றிய கணத்தில் | 194 |
| நிதர்சனக் கனவு | 196 |
| மழலை மொழிகள் | 197 |

| | |
|---|---:|
| பாழில் | 198 |
| கோடுகள் வளைந்தபோது | 201 |
| சொல்வதும் நிழலும் | 202 |
| உள்ளேயும் வெளியேயும் | 206 |

**இளவரசி கவிதைகள்**

| | |
|---|---:|
| *யார் இந்த இளவரசி?* | 209 |
| வாடாத மலர் | 215 |
| வந்த வழி | 217 |
| பாம்புக் கதை | 219 |
| விதைக்குள் | 220 |
| மழை நாள் | 223 |
| மின்னும் விளக்கு | 226 |
| வயது | 233 |
| கனவில் வந்த இளவரசன் | 234 |
| புதிர்க்கதை | 236 |
| காத்திருந்த காலம் | 241 |
| தூங்கும் இளவரசி | 243 |
| நீலமலரோசை | 247 |
| மலைமேல் தீபங்கள் | 250 |
| கடைத்தெரு | 253 |
| பகலிலும் இரவிலும் | 256 |
| மயிலிறகு | 259 |
| நீர் தேடி | 260 |
| கடல் திறந்து | 263 |
| காட்டு மலர் | 268 |
| சிறகு விரித்து | 269 |
| பயணம் நடக்கும் பாதை | 273 |
| சுழன்று வீசும் காற்றில் | 275 |

| | |
|---|---|
| காதல் பாதை | 280 |
| உலகின் மறுகோடியில் | 283 |
| வட்டத்தின் உள்ளே | 285 |
| மீன்களின் உலகு | 287 |
| புதுமலர் | 295 |
| இரண்டு பேர் | 300 |
| எந்தன் இளவரசி | 302 |
| விண் திறந்த நாள் | 304 |
| தூய ஒளி | 307 |
| பெயரற்ற இருள்வெளி | 309 |
| மூங்கில் காடு | 313 |
| கண்ணாடி | 318 |
| பாதையின் பதிவுகள் | 319 |
| மலர்வனம் | 325 |
| மேலும் நடக்கும் நாடகம் | 326 |
| நீலக்குயில் | 337 |
| காட்டுக்குள்ளே இளவரசன் | 339 |
| யாத்திரை | 343 |
| முதல் முத்தம் | 346 |
| நித்யகன்னி | 347 |

என்னுரை

# கைபிடித்து அழைத்துச் செல்லும் கவிதை

என்ன செய்வதென்று தெரியவில்லை. எப்படிப் போவதென்று புரியவில்லை. கொஞ்சமும் வழி தெரியவில்லை.

என் பதின்பருவங்களில் என்னைச் சுற்றி வீட்டிலும் வெளியிலும் நடக்கும் நிகழ்வுகளால் நான் காணும் அந்த வாழ்க்கைமுறை பற்றிய என் நம்பிக்கைகள் அடியோடு தகர்ந்து போயின. நான் எவ்வாறு வாழ வேண்டும் என்று எனக்குச் சொல்லிக் கொடுக்கும் 'பெரியவர்கள்', தம் வாழ்க்கையில் அந்த விழுமியங்களை முற்றிலும் கையாளத் தவறுவதைக் கண்கூடாகப் பார்த்தேன். பெற்றோர்கள் மட்டுமின்றி நெருங்கிய உறவினரின் வட்டம் முழுவதும் அடிப்படை மனமுதிர்ச்சி சிறிதுமில்லாமல் சிறுபிள்ளைகள்போல் போடும் சண்டை சச்சரவுகள் என் மனத்தில் விரக்தியையும் பெருத்த அவநம்பிக்கையையும் தோற்றுவித்தன. நெஞ்சில் சற்றும் இரக்கமோ ஈரமோ ஏதுமின்றி, தெரிந்தே ஒருவரையொருவர் தாக்கிப் புண்படுத்திக்கொள்ளும் மனோபாவம் எனக்குள் பெரும் வேதனையையும் வலியையும் தோற்றுவித்தது. தெரிந்தே அவர்கள் சொல்லும் அப்பட்டமான பொய்கள் அவர்கள் மீதிருந்த மரியாதையை முற்றிலும் இல்லாமல் போக்கிவிட்டது. சமூக நிறுவனங்கள்மீது நான் கட்டிவைத்திருந்த நம்பிக்கைகள் உடைந்து போயின. எனக்குக் கொடுக்கப்பட்டிருந்த, ஆண்டாண்டு

காலமாக எல்லோருமாகச் சேர்ந்து போற்றி வந்திருந்த, வாழ்முறை குறித்த வரைபடம் அர்த்தமற்றுப் போயிற்று. அதைத் தூக்கி எறிய வேண்டியதாயிற்று.

ஆனால் இப்போது நான் இருக்கும் இடம், சூழ்நிலை பற்றிய தெளிவு சிறிதும் இல்லை. செல்ல வேண்டிய திசை எனக்குத் தெரியவில்லை. அடுத்த அடி எங்கே எடுத்துவைப்பது என்பதுபற்றிய குறிப்பு ஏதும் என்னிடம் இல்லாமல் போயிற்று. நடுக்கடலில் திசைகாட்டியைத் தொலைத்துவிட்ட மாலுமியைப் போல் உணர்ந்தேன்.

பதின்பருவமும் அது ஒருபுறம் திறந்துவிட்ட சுதந்திரமும் மறுபுறம் அது உருவாக்கியிருக்கும் குழப்பங்களும் வேறொரு புதிய கட்டத்தை வந்தடைகின்றன. இருபத்தியொரு வயது முடிகிறது. படிப்பு முடிந்து வேலைக்குச் செல்கிறேன். அதுவரையில் நடந்த சிக்கல் மிகுந்த நிகழ்வுகளின் தொடர்ந்த பாதிப்பால் உள்ளே என் அகவெளியில் பெரும் பிரளயம் மூள்கிறது. உள்ளியக்கத்துக்கும் வெளியுலகுக்கும் இடையிலான உறவில் பெரும் மோதல்கள், நெரிசல்கள். சமூக மனம் சுய ஆளுமையின் தற்காப்புக்காகக் கட்டிவைத்திருக்கும் மதிற்சுவர்கள் தகர்ந்து விழுகின்றன. சமூக–கலாச்சார சக்திகள் நனவு மனத்தையும் நனவிலித் தளத்தையும் *(Unconscious)* பிரித்துவைப்பதற்காக உருவாக்கி வைத்திருக்கும் எல்லைக்கோடு கரைந்து இல்லாமல் போகிறது. கலாச்சாரப் பிம்பங்களின் அடிப்படையில் என்னைப் பற்றி என் மனத்தில் நான் கட்டமைத்து வைத்திருந்த சுயபிம்பங்கள் அஸ்திவாரம் இல்லாமல் போனதால் இடிந்து விழுகின்றன. அகவெளி எங்கும் என் சுயத்தின் சில்லுகள் சின்னாபின்னமாக இறைந்து கிடக்கின்றன. சீரான சிந்தனை முற்றிலும் சாத்தியமில்லாமல் போகிறது. ஆழ்மனச் சக்திகளின் ஆவேசக் கூத்து உள்ளே புயலாய் வீசுகிறது. தாங்க முடியாத வேதனையும் அச்சமும் எந்நேரமும் மனத்தைத் தாக்குகின்றன.

சுழன்று தெறிக்கும் இந்தப் பெருவீச்சில் 'நான்' என்று தன்னை மையமாக வைத்திருந்து சுற்றிலும் பார்த்துக்கொண்டிருந்த புள்ளி அச்சு கழன்று காணாமல் போகிறது. பெரும்புயலில் நங்கூரமிழந்த கப்பல்போல் மனம் பேரலைகளில் அங்குமிங்கும் அலைக்கழிந்து தவிக்கிறது. ஆழ்மனப் பிம்பங்கள் பெரும் வேகத்துடன் வெளிப்பட்டுக் கட்டுப்பாடற்று அகவெளியெங்கும் வீசித் தெறிக்கின்றன. ஆழ்தளங்களிலிருந்து வெளிப்பட்ட சக்தியின் வீச்சைத் தாங்கமுடியாமல் மனம் அல்லலுறுகிறது. அடங்காத துன்பத்தில் துடிக்கிறது; பேதலித்துப் போகிறது.

பைத்தியம் பிடிப்பது என்பது இதுதானோ என்ற அச்சம் மனத்தை ஆட்டிவைக்கிறது. பைத்தியம் பிடிக்கத் தொடங்கிவிட்டதென்ற பயம் மனத்தை உலுக்குகிறது. பைத்தியம் பிடித்துவிட்டதென்றே ஒரு கட்டத்தில் மனம் முடிவு செய்துவிடுகிறது. தொடர்ந்து கட்டுப்பாடற்று மேலெழும் ஆழ்மன பிம்பங்களின் ஆட்டத்தை நிறுத்துவதென்பது என் கையில் இல்லை என்பது தெளிவாகத் தெரிகிறது. என்ன செய்வதென்று எனக்குத் தெரியவில்லை.

❍

அதுவரையில் கவிதையோ கதைகளோ எழுதும் எண்ணம் ஏதும் எனக்கு இருந்ததில்லை. வாசிப்பது மட்டுமே நான் விரும்பும் விஷயமாக இருந்துவந்திருக்கிறது. ஆனால் தாமாக உள்ளே எழும் ஆழ்மன பிம்பங்கள் என்னைத் தமது ஆதிக்கத்துக்குள் இழுத்துக்கொள்ள முயல்கின்றன. சக்திவாய்ந்த அந்த பிம்பங்களை எதிர்கொள்வதற்கான வழிமுறைகள் ஏதும் எனக்குத் தெரியவில்லை. சரியாகப் புரியாவிட்டாலும் அவை மிகவும் முக்கியத்துவம் வாய்ந்தவை என்ற உணர்வு மட்டும் ஏற்படுகிறது. மறந்துபோய்விடக் கூடாதென்று மேலெழும் எண்ணங்களையும் ஆழ்மன பிம்பங்களையும் ஒரு குறிப்பேட்டில் எழுதிவைக்கிறேன்.

❍

ஒரு நாள் எதேச்சையாக(!) ஞானக்கூத்தன் அவர்களை வழியில் சந்தித்தேன். கையில் இருந்த குறிப்பேட்டை வாங்கிப் பார்த்தார். சில பக்கங்களைப் புரட்டிப் பார்த்த பிறகு ஒரு பக்கத்தைக் காட்டி அதில் இருப்பதை அப்படியே பிரதியெடுத்து அனுப்பும்படி சொன்னார். நவீன கவிதையின் அனைத்து அம்சங்களையும் அது கொண்டிருப்பதாக அவர் சொன்னார். தொடர்ந்து எழுதும்படியும் சொன்னார். அடுத்த இதழ் *கசடதபற*வில் 'யுத்தக் காட்சி' என்ற தலைப்பில் அது பிரசுரமாயிற்று. 1976 தொடக்கம் என்று நினைக்கிறேன். இதோ அந்தக் கவிதை:

**யுத்தக் காட்சி**

இது என்றுமுள்ள யுத்தத்தின் இன்றைய காட்சி.
. . . . . . . . . . . . .
அனைவரும் வாளை எடுக்காமல் கேடயம் கொண்டே யுத்தம் புரிகின்றனர்.
பல வீரர்கள் யுத்தத்தில் மடிய, புதிதாக வீரர்கள் யுத்தத்தில்
சேர்ந்த வண்ணம் இருக்கின்றனர். புதிதாகச் சேரும் வீரர்களுக்குத்
தங்கள் இடையில் தொங்கும் வாளின் உபயோகம் தெரியவில்லை.
கேடயத்தால் தாக்கினாலும் வலிக்கத்தான் செய்கிறது.

ஆனால் யாரும் வாளை எடுத்துப் போர் புரிய மாட்டார்கள்.
ஏனெனில் இது தர்ம யுத்தம்.
அனைவரும் அஹிம்ஸாவாதிகள்.

○

அப்போதும் கவிதை எழுதும் நோக்கம் எதுவுமில்லை. தொடர்ந்து உள்ளே ஊழிக்கூத்து நடந்துகொண்டுதான் இருந்தது. அப்போதுதான் ஆத்மாநாம் ழ இதழைத் தொடங்கினார். கவிதைகள் தரும்படிக் கேட்டார். நான் கவிதைகள் எதுவும் எழுதவில்லை என்று சொன்னேன். மீண்டும் சிலமுறை அவர் கேட்டதால் ழ இரண்டாவது இதழுக்கு என் குறிப்பேட்டில் இருந்து சிலவற்றை எழுதிக் கொடுத்தேன். அவை பிரசுரமாகி நல்ல வரவேற்பைப் பெற்றன. குறிப்பாக, 'அதோ அந்தச் சிறுபறவை' என்ற கவிதை பலர் கவனத்தைக் கவர்ந்தது.

**சிறுபறவை அழைத்துவரும் மேகம்**

அதோ
அந்தச் சிறுபறவை
அழைத்துவரும் மேகம்
தண்ணென என்னை நிறைக்கையில்
நான்
இல்லாது போவேன்

. . . . .

அதன் பின்
என்னைப் பற்றி
ஏதேனும்
அறியவேண்டுமாயின்
அந்தச் சிறுபறவையை
அழைத்துக்
கேள்.

○

ஒருமுறை ந. முத்துசாமி அவர்களைச் சந்திக்க நேர்ந்தது. பரந்தாமன் நடத்திவந்த அஃ இதழில், 'ஒரு சொல்லின் மரணம்' என்ற தலைப்பில் மொழி தொடர்பான என் கட்டுரை ஒன்று பிரசுரமாகியிருந்தது. அதை மிகவும் சிலாகித்துக் கூறிய அவர், மதுரையிலிருந்து வெளிவரும் வைகை இலக்கிய இதழுக்குக் கவிதைகள் அனுப்பும்படி சொன்னார். அனுப்பி வைத்தேன். அவையும் பிரசுரமாயின. அந்தக் கவிதைகள் நல்ல வரவேற்பைப் பெற்றன. 'முதல் அம்பு' என்ற கவிதை அப்போதுதான் வெளிவந்தது. நாமும் கவிதை எழுதலாம் என்ற எண்ணம் லேசாக அப்போது ஏற்பட்டது.

## முதல் அம்பு

நான் முதல் அம்பு
பன்னெடுங்காலமாய்
இந்த மலையுச்சியில்
கிடக்கிறேன்
யார் மீதும் விரோதமற்ற
ஒருவன் வந்து
தன் வில் கொண்டு
என்னை
வெளியில் செலுத்துவானென.

அந்தக் காலகட்டத்தில் ஞானக்கூத்தன் தேவதச்சனை எனக்கு அறிமுகம் செய்துவைத்தார். அது என் வாழ்க்கையில் முக்கியமானதொரு திருப்புமுனையாக அமைந்தது. புதிய பயணம் ஒன்று தொடங்கியது. நாங்களிருவரும் கவிதையியல் குறித்து மட்டுமில்லாமல் மனம், பிரக்ஞை, கவனம் குறித்த தொடர்ந்த உரையாடலில் ஈடுபட்டோம். இன்றுவரையிலும் கூட அந்த உரையாடல் தொடர்ந்து நடந்துகொண்டு வருகிறது.

○

உள்ளே தொடர்ந்து நடந்துகொண்டிருந்த முறைப்பாடு (*Process*) சற்றும் புரிபடாமல்தான் இருந்தது. மேலெழும் அந்தப் பிம்பங்களின் முக்கியத்துவமோ உட்பொருளோ எனக்குச் சற்றும் விளங்கவில்லை. ஆனால் தொடர்ந்து எழுதத் தொடங்கினேன். பிம்பங்களைக் கவிதைகளாகப் புனைவது மனச்சஞ்சலத்திற்கு ஓரளவு ஆறுதலளித்தது. பெரும்பாலும் கவிதை வரிகள் மேல்மனத்தின் முயற்சி ஏதுமின்றித் தன்னியல்பாக வெளிப்பட்டன. சில கவிதைகள் வாசித்தவர்கள் மனத்தை மிகவும் ஈர்த்தன. அவர்களுக்குள் ஏதோ ஒரு ஆழத்தை அவை தீண்டின. முக்கியமான கவிதைகள் என்று சிலர் அபிப்பிராயப்பட்டனர். வழக்கம்போல் புரியவில்லை என்ற குற்றச்சாட்டும் ஒருபுறம் எழுந்தது.

சில நண்பர்கள் கவிதை குறித்துக் கேள்விகள் எழுப்பிய போது, ஒரு வாசகனாக நான் அந்தக் கவிதையை எப்படிப் புரிந்துகொள்கிறேன் என்பதை அவர்களுக்குச் சொன்னேன். எனக்கே சரியாகப் புரியாத என் கவிதைகளைப் பற்றி அந்தக் கணத்தில் என் மனத்தில் எழுந்த விளக்கத்தை அவர்களுடன் பகிர்ந்துகொண்டேன். அப்படி விளக்கும்போது என்னை மீறிய தெளிவுடன் புதிய கோணத்திலிருந்து அவற்றை விளக்க என்னால் முடிந்தது. அவர்களுக்கு விளக்கும்போதுதான் எனக்கே அந்த பிம்பங்களின் உட்பொருள் விளக்கம் கொண்டது. இந்த

விளக்கத்தின் வெளிச்சத்தில் அந்த பிம்பங்கள் புதிய பொருளை மேற்கொண்டன. என் மனத்தின் கட்டமைப்பிலேயே படிப்படியாக மாற்றங்கள் ஏற்படத் தொடங்கின. பார்வையின் இயக்கத்தில் அடிப்படையான மாற்றம் விளைய ஆரம்பித்தது.

உதாரணமாக அந்தக் காலகட்டத்தில் எனக்குள்ளிருந்து தன்னியல்பாக வெளிப்பட்ட கவிதைகளில் ஒரு தன்மை தெரிந்தது. இரண்டு மனங்களிடையேயான உரையாடலின் உருவில் பல கவிதைகள் இருக்கும். ஒரு பெருமனம், அதன் அங்கமான ஒரு சிறுமனம், இவை இரண்டுக்கிடையே நிகழும் பரிவர்த்தனையாக இவை அமைந்திருக்கும். சில கவிதைகள் சிறுமனம் பெருமனத்திடம் பேசுவதாகவும், மற்றவை பெருமனம் சிறுமனத்திடம் சொல்லும் கூற்றாகவும் அமைந்திருக்கும். இதோ ஒன்று.

**மலர்க்கண்கள்**

அவ்வப்போது
என் மலர்க்கண்கள்
மண்ணில் உதிர்கையில்
உன்னை நான்
காண முடிவதில்லை
மறுமலர்கள்
மலரும் வரைக்கும்
உன்னைக் காண
வரம் ஒன்று
தா.

௦

இன்னுமொன்று மற்ற வகையினது.

**கணக்கில்தான்**

உனக்கும் எனக்கும் இடையில்
கணக்கில்தான் வேறுபாடு

உன் பலநூறு வருடங்கள்
என் சிறுபொழுதில் விரைந்தோடும்.

என் வானில் ஒரு பறவையின்
ஒரு சிறகடிப்பில்
உனக்கு முதுமை வந்து சேரும்

உன் காலடித் தடங்களைக் கணக்கிட்டு
நீ சொல்வாய்
காலம் பறந்தோடிவிட்டதென்று

நான்
பறவையின் அடுத்த சிறகு வீச்சில்
கவனம் கொள்வேன்.

○

எனக்குள் நிகழத் தொடங்கிய இந்த முறைப்பாடு (*Process*) மிகவும் அடிப்படையான முக்கியத்துவம் கொண்டதாக எனக்குப்பட்டது. ஆழ்மனத்தில் எனக்கு உள்ளூரப் புரிந்திருந்த விஷயங்கள் மேல்மனத்துக்குத் தெளிவாகப் புரிவதற்கு இந்த முறைப்பாடு பெரிதும் உதவியாக இருந்தது. இது மேல்மன அமைப்பை மாற்றி மறுவுருவாக்கம் (*Transformation*) செய்யும் விதமாக அமைந்தது. வாழ்வனுபவத்தில் என்னைப் பற்றியும் வாழ்க்கை குறித்தும் புதிய வெளிச்சங்கள் தன்னியல்பாக வெளிப்பட்டன. மனத்தின் காயங்கள் கொஞ்சம் கொஞ்சமாக ஆறிப்போய் ஆழமான ஆறுதல் நெஞ்சில் நிறையத் தொடங்கியது.

எனக்குள் ஏற்பட்டுக்கொண்டிருந்த அகமாற்றத்தின் விளைவுகளை எதிர்கொண்டு அதன் பலன்களை நான் முழுமையாக அடைவதில் இந்த முறைப்பாடு மிகவும் முக்கியப் பங்கு வகித்தது. உள்ளிருந்து மேலெழும் பிம்பங்களை நான் எதிர்கொண்டு உள்வாங்கிக்கொள்வது என் மனஒழுங்குக்கு இன்றியமையாதது என்று தெரிந்தது. அந்தக் காலகட்டத்தில் உள்ளே தன்னிலை இழந்துவிடாமல் என்னை நான் காப்பாற்றிக்கொள்வதற்கு கவிதையும் அது சார்ந்த முறைப்பாடும் பேருதவியாக இருந்தன.

ஆழ்மன இருளில் உறைந்திருந்த இந்த பிம்பங்களை நனவின் வெளிச்சத்திற்குக் கொண்டுவந்து என் மொத்த ஆளுமையுடன் அவற்றை ஒன்றிணைப்பது என் அகவளர்ச்சிக்கும் மனத்தின் சமநிலைக்கும் இன்றியமையாதது என்பது எனக்குத் தெளிவாகத் தெரிந்தது. அது மட்டுமல்லாமல், என் மன ஆரோக்கியத்துக்கும் இது அவசியமானதாக இருந்தது என்பதுதான் உண்மை. அந்த நேரத்தில் நான் கவிதையின் முறைப்பாட்டுக்கு என்னை முழுமையாக ஒப்புக்கொடுத்திராவிட்டால் என்னுள்ளே ஏற்பட்டிருந்த அகப்பிரளயத்தின் பெருவீச்சில் நான் சிக்குண்டு காணாமல் போயிருப்பேன் என்பதில் எள்ளளவும் எனக்குச் சந்தேகமில்லை. இப்போது பின்னோக்கிப் பார்க்கும்போது கவிதை என்னைக் காப்பாற்ற வந்த பேரருளாகவே தோன்றுகிறது.

○

அகவளர்ச்சியின் முறைப்பாடு நனவு மனத்துக்கும் நனவிலிக்கும் இடையில் இப்போது மூடிவைக்கப்பட்டிருக்கும்

கதவு திறப்பதிலிருந்து தொடங்குகிறது. இது எல்லோருக்கும் நடப்பதில்லை. யாருக்கு எப்போது இது நடக்கும் என்னும் இலக்கணத்தை முன்கூட்டி யாராலும் அறிய முடிவதில்லை. ஆனால் ஒருமுறை அந்தக் கதவு திறந்துவிட்டால் அதை மூடுவது சாத்தியமில்லை. அந்தக் கதவு திறந்த பின்னர் இந்த இரு தளங்களிடையே ஏற்படும் பரிமாற்றம் ஒரு மனிதனின் அகவாழ்க்கையையும் புறவாழ்க்கையையும் ஒருங்கே புரட்டிப் போட்டுவிட வல்லது. கவிதை போன்ற கலைவெளிப்பாடுகள் இந்தப் பரிமாற்றத்துக்கு ஏற்றதொரு சாதனமாக இயங்கக் கூடியவை. கலை இந்த இரு தளங்களிடையே ஒரு பாலமாகச் செயல்படக்கூடியது. இந்த வகையில் கவிதை எனக்கு இந்த இரண்டு தளங்களிடையே நடக்கும் உரையாடலுக்கான மையவெளியாக இயக்கம் கொண்டது. இந்த மையவெளிதான் நனவு மனத்தின் சிந்தனையோட்டங்களும் நனவிலியிலிருந்து மேலெழும் ஆழ்மன பிம்பங்களும் சந்திக்கும் தளமாக அமைந்தது. இந்தச் சந்திப்பில் ஏற்படும் பரஸ்பரப் பரிமாற்றத்தில் கவிதை கருக்கொள்கிறது. கலைவெளிப்பாட்டு இயக்கத்தின் முறைப்பாட்டில் சொற்களையும் படிமங்களையும் ஏற்றுக்கொண்டு கவிதை பிறக்கிறது.

கனவின் முறைப்பாட்டுக்கும் கவிதையின் முறைப்பாட்டுக்கும் அடிப்படையில் பெரிய வேறுபாடு ஏதும் இல்லை. இரண்டும் ஆழ்தள இயக்கத்தின் இலக்கணக் கூறுகளைத் தம் காரணிகளாகக் கொண்டவை. இவை இரண்டுமே நனவிலியின் உள்ளியக்கங்களைப் பிரதிபலிக்க வல்லவை; அந்த ஆழ்மன உள்ளியக்கங்களை வெளிப்படுத்திக் காட்டும் கண்ணாடி போன்றவை. கனவின் மாய உலகங்களைப் போலவே கவிதையும் மாய உலகங்களைக் கட்டமைக்கும் சக்தி கொண்டது. ஆழ்மனம் கட்டமைக்கும் மாய உலகங்கள் மிகவும் முக்கியத்துவம் வாய்ந்தவை. இந்த மாய உலகங்கள் பொய்யானவை இல்லை. ஆக்கபூர்வமான சக்திகளின் உருவ வெளிப்பாடு இந்த மாய உலகங்கள். நனவிலித் தளத்தின் சக்தி மிகுந்த உட்சாரங்களில் ஊறியவை அவை. சமூக கலாச்சாரச் சக்திகள் கட்டமைத்து வைத்திருக்கும் கூட்டு உடன்படிக்கை உலகத்தின் *(Consensus World)* மன அமைப்புகள், அந்த அமைப்பின் வெளிப்பாடான மொழி, இவற்றின் வரையறைக்குள் அடங்காத ஆழ்மனத்தளங்களைப் பிரதிபலித்துக் காட்டுபவை மாய உலகங்கள். மாய உலகங்கள் இல்லையென்றால் கலை என்ற ஒன்று இல்லை. இந்தக் காரணத்தால் இவை இல்லாமல் அகவளர்ச்சியும் சாத்தியமேயில்லை. மாய உலகங்களின் வழியாகத்தான் ஆழ்மனத்தில் பொதிந்து

இன்னும் வெளித்தெரியாமல் இருக்கும் உண்மைகள் மேல்மன வெளிச்சத்தில் வெளிப்பட்டுத் தம்மைக் காட்டிக்கொள்ள முடியும். இந்தக் காரணத்தால் தவிர்த்துவிடவே முடியாத முக்கியத்துவம் கொண்டவை இந்த மாய உலகங்கள். பிரக்ஞை மாற்றம், மனமாற்றம், உலக மாற்றம், இவையெல்லாவற்றுக்கும் ஆழ்மனம் மேல்மனத்தில் கட்டமைக்கும் மாய உலகங்களே அடிப்படை.

O

அந்தக் காலகட்டத்தில் ஒவ்வொரு கணமும் நான் அனுபவித்துக் கொண்டிருந்த பெரும் அவஸ்தையிலிருந்தும் துன்பத்திலிருந்தும் மீண்டு, ஓரளவுக்குச் சமநிலைக்கு வருவதற்குக் கவிதையே பெரும் துணையாகவும் ஆதரவாகவும் அமைந்தது. வழியறியாத அடர்ந்த பெரும் கானகத்துள்ளே நான் என்னைத் தொலைத்து விட்டிருந்தேன். வரைபடம் ஏதுமற்ற, திசை தெரியாத கானகத்து இருளில் நான் காணாமல் போயிருந்தேன். அப்போது தூரத்து ஒளிபோல் கவிதை எனக்கு வழி காட்டியது. கொஞ்சம் கொஞ்சமாக நான் அறிந்த உலகத்திற்கு நான் மீண்டும் வந்து சேர்வதற்கான திசையை எனக்குக் கவிதை காட்டித் தந்தது. ஒருவிதத்தில் சொல்லப் போனால் நான் மீண்டும் வந்தடைந்த உலகம் சில விதங்களில் என் பழைய உலகம்போல் தோற்றம் கொண்டிருந்தாலும் தன் அடிப்படைத் தன்மையில் மிகவும் புதியதாகவும் வேறானதாகவும் இருந்தது. அதைப் புதிதாக நான் பரிச்சயம் கொள்ளவேண்டிய நிலையில்தான் இருந்தேன். என் கவிதை வளரும்போது என் புதிய உலகத்துடன் என் பரிச்சயமும் கூடவே வளர்ந்தது. என் பிரத்தியேகமான உலகம் என் கவிதைகளில் பிரதிபலிக்கத் தொடங்கியது. என் தனிமனமும் கூட்டுமன உலகமும் ஒருங்கிணையத் தொடங்கின. தன்னியல்பான வெளிச்சங்கள் வெளிப்பட்டவண்ணம் இருந்தன.

என் அகவெளியில் நிகழ்ந்துகொண்டிருக்கும் இயக்கங்கள் பற்றிய வெளிச்சங்கள் ஆழ்மன பிம்பங்களாக வெளிப்பட்டன. இந்தக் காலகட்டத்தில் நான் எழுதிய கவிதையில் இவ்வாறான ஒரு உருவகம் வெளிப்பட்டிருக்கிறது.

**இங்கே எப்போது**

நான்: வனங்களெங்கும் திரிந்தாயிற்று
இந்த வரைபடம் உபயோகமில்லை
எந்த இடத்தில்
எந்த மரத்தில்
அந்த மலர் மலருமென்று
எந்த விதத்திலும் தெரியவில்லை

அசரீரி: அதோ
அங்கே தெரியும் அந்த மரத்தின்
கிளையில் தொங்கும் பழத்தின் விதையில்
இருந்து விரியப் போகும் மரத்தின்
கிளையில் ஒருநாள் அம்மலர் மலரும்

இன்று
இந்த ஓடையில் கைகுவித்து
அள்ளி
ஒருவாய் நீரருந்திவிட்டுப்
போ.

○

இது என் கவிதைப் பயணத்தின் முதல் கட்டம் என்று சொல்லலாம். இந்த முதல் கட்டத்தில் கவிதை வரிகளில் ஒரு நேரடித் தன்மையும் சொற்பிரயோகங்களில் எளிமையும் இழைந்து இருக்கும். இரண்டாவது கட்டத்தில் எளிமை குறைந்து சிக்கல் கொண்ட படிமங்கள் வெளிப்படத் தொடங்கின.

**உன்னை என்னை**

விலங்குகள் தாவரங்களை உண்பதுபோல்
சில தாவரங்கள்
விலங்குகளை உண்பதுபோல்
என்னை நீயும்
சிலபோது உன்னை நானும்
உண்கிறோம்.

என்னை நீ உண்டு முடிக்கும்போது
நானும் உன்னை
உண்டு முடித்திருப்பேன்
என் வயிற்றில் நீயும்
உன் வயிற்றில் நானும்
இருப்போம் அப்போது

ஒருவரா
இல்லை இருவரா
என்ற விவாதம்
வனமெங்கும் இப்போது

○

கவிதைக்கும் எனக்குமான உறவு இப்படித் தனிப்பட்ட முறையில் எனக்குப் பயன் தருவதாக இருக்கும் பட்சத்தில் அவற்றை வெளியுலகில் பிரசுரிக்க வேண்டிய அவசியமென்ன என்ற கேள்வி எழமுடியும். மற்றவர்களுக்கு அதனால் என்ன பயன்? நான் நனவிலி என்று சொல்வது என் தனிப்பட்ட மனம் இல்லை. தனிமனங்கள் அனைத்தும் கூட்டு மனத்தளத்தின் அடிப்படையிலேயே இயங்குகின்றன. கூட்டுநனவிலி மனத்தின்

*(Collective Unconscious)* கருவிகள்தான் தனிமனங்கள் என்றுகூட ஒரு அளவில் சொல்லலாம். கவிதையும் ஏனைய கலைகளும் கூட்டுமனத்தில் வேர்கொண்டவை. அதனால்தான் எனக்குள் நிகழ்ந்த ரசவாதம் எல்லோருக்குள்ளும் எப்போதும் நிகழ்ந்துவரும் இயக்கம்தான். இதனால்தான் கலை வெளிப்பாடுகள் தனிமனத்தின் வழியாக வெளிப்பட்டாலும் அவற்றின் தோற்றுவாய் கூட்டுநனவிலித் தளம்தான். இந்தக் காரணத்தால் அவை மொத்த மனித சமுதாயத்திற்கும் சொந்தமானவை.

கூட்டுநனவிலித் தளம் காலத்தின் வரையறைக்குள் அடங்காதது. கால அமைப்பின் கட்டுப்பாடுகளுக்கு உட்படாதது. காலம் கூட்டுநனவிலியின் குழந்தை. இல்லாமல் இருந்து, பின் பிறந்து இருந்து, மறைந்து, மீண்டும் இல்லாமல் போவதே காலம். கால–வெளி இடைவெளி ஏதுமின்றி நீட்சி கொண்டிருப்பது காலாதீதமானது. எது காலாதீதமோ அதை யாரும் பார்க்க முடியாது; அறிந்துகொள்ள முடியாது. அறிவுக்குள் அடங்காதது அது. ஆனால் அதுவாக இருக்கமுடியும். அதுவாக இருந்துதான் அதை அறிந்து தெரிந்துகொள்ள முடியும்.

உலகம் என்பது அறிந்ததன் மண்டலம். அதன் எல்லை களுக்கு வெளியே அறியாதது எல்லையற்று விரிகிறது. உலகம் தன் எல்லைகளை விரித்துக்கொள்ளலாம். ஆனால் என்றுமே எல்லையற்றுப் போக முடியாது. தன் வரையறைகளுக்கு வெளியே விரியும் எல்லையற்ற அதீதத்தை உலகம் என்றுமே அறிந்துகொள்ள முடியாது. அறிவு மனத்தில் சேகரம் ஆகிறது. மனமே உலகமாக விரிகிறது. ஒரு குழந்தையின் உலகத்தையும் வளர்ந்த ஒருவரின் உலகத்தையும் கருத்தில் கொண்டு பார்த்தாலே இந்த உண்மை புரிந்துவிடும். அதேபோல் அதிக அறிவு இல்லாத ஒருவரின் உலகமும் நிறையத் தெரிந்துகொண்ட ஒருவரின் உலகமும் வெவ்வேறானவை. அறிவு நிறைந்த ஒருவரின் உலகம் விஸ்தாரமானது. ஒரு சாதாரண மனிதன் பார்க்கும் வானமும் வானவியலாளன் பார்க்கும் வானமும் ஒன்றல்லவே! அறிவே உலகம். அறிவின் எல்லையே உலகத்தின் எல்லை.

கடந்ததன் பதிவு அறிவு. அறிந்ததன் வெளிப்பாடு உலகம். உண்மை உலகத்துக்கு வெளியில்தான் விரிந்திருக்கிறது. இருப்பதுபோல் தோற்றம் கொள்ளும் உலகம் உண்மையில் இருந்ததன் சுவடு. அதாவது காலம் சார்ந்த நினைவுகளைத் தேக்கிவைத்திருக்கும் மனத்தின் புறவெளித்தோற்றம் உலகம்.

ஒரு கட்டத்தில் நனவிலியின் ஆழ்தளங்களிலிருந்து என் சுயப்பிரயத்தனம் ஏதுமின்றிப் புதிதான தன்மை கொண்ட கவிதைகள் வெளிப்படத் தொடங்கின. அதுவரையில் சந்தம் ஏதுமின்றி நான் எழுதிவந்திருந்த கவிதைகளிலிருந்து பெரிதும் மாறுபட்டிருந்த கவிதைகள் வெளிப்படத் தோன்றின. காலத்தின் சாரம் தோய்ந்த பழைய சொற்சித்திரங்கள், புதிய மொழி, புதிய கதி, புதிய ஒழுங்கு அவற்றில் அமைந்திருந்தது. ஓசை லயம் கொண்ட சந்தத்துடன் வரிகள் தன்னியல்பாக வெளிப்பட்டன. இந்த நேரங்களில் என் உடலில் புதியதொரு தன்மையில் சக்தியின் வெளிப்பாட்டை உணர்ந்தேன். இதற்கு முன்பு கவிதை எழும் கணங்களில் ஆழமான அமைதி, தீர்க்கமான தெளிவு, வலிமை நிறைந்த சக்தியின் ஓட்டம் போன்ற உணர்வுகள் உடலிலும் மனத்திலும் நிரம்பியிருக்கும். ஆனால் இப்போது முன்பு உணர்ந்திராத மென்மை, நளினம், கருணை, காதல், குழைவு அனைத்தும் கொண்ட அதிர்வு அலைகளை உடலில் உணர்ந்தேன். அது மட்டுமின்றி 'இளவரசி' என்ற புதியதொரு பிம்பத்துடன் இவை வெளிப்பட்டன. ஏறக்குறைய இரண்டு வருடங்களுக்கு மேலாக இவ்வாறான கவிதைகள் தன்னியல்பாக எழுந்தவண்ணம் இருந்தன. இந்தக் கவிதைகளை நான் எந்தப் பத்திரிகையிலும் பிரசுரிக்கவில்லை. வேண்டாம் என்று தோன்றியது. இந்தக் கவிதைகள் ஒரு தனித் தொகுப்பாக வெளியானது. ஒரு சில பகுதிகள் இதோ.

மன்னவனே உனக்கு நான் மாசில்லா உண்மையினை
என்னவன் நீ என்பதால் எடுத்துரைக்க விழைகின்றேன்
உடலென்றும் உயிரென்றும் உணர்வென்றும் உள்ளமென்றும்
உள்ளென்றும் வெளியென்றும் நானென்றும் நீயென்றும்
நல்லது அல்லது நாளை நேற்று எனவும்
நடப்பதைக் கூறுபோட்டு உடைத்திடும் மன உருவைக்
கண்டுகொள்வாய் நீ கணநேரம் தாழ்த்தாமல்
கைவிட்டு விடுபடுவாய் கணத்தில் எனை அடைவாய்

•

கண்ணாளா உந்தன்
கையணைப்பில் சேர்ந்துவிட்டேன்
உன் விழியும் என் மொழியும்
ஒன்றிணைந்து விண்ணளந்து
ஒன்றிலொன்று ஒடுங்கிடவே
கையணைத்து மெய்யணைத்துக்
கண்களிலே உயிரணைத்துக்
காதல் எனும் கடலினிலே
கண் மூடிக் கலந்துவிட்டோம்

•

மாது அவள் காதல் இது போதுமென நானும்
ஏதுமறியாமல் இவை யாவும் பெற வேண்டி
தேடும் சுவை யாவும் அவள் பாடும் அந்தக் கானம்
கோடி முறை கேட்டு நெஞ்சம் ஆழியெனப் பொங்கும்

உள்ளம் தடுமாறி – ஒரு
பள்ளம் விழுந்தாலும்
கள்ளமில்லை நெஞ்சில் – அன்பு
வெள்ளமெனப் பொங்கும்

காதலையும் கானத்தையும் காவிரிபோல் ஓடும்
மாது அவள் மீது எந்தன் கண்கள் நின்று ஏங்கும்
காலை இள நேரம்
வாலை அவள் வாசம்
மாலை இள மஞ்சள் வெயில்
போல அவள் தேகம்

 *

இவ்வாறு வேறு ஒரு புதிய கதி, லயம், சந்தம் கொண்டு அடக்கமாட்டாமல் பொங்கிப் பொங்கிப் பிரவாகமாக வெளிப்பட்டன சொற்களும் படிமங்களும். சுயநிர்ணயம் ஏதும் இல்லாமல் தானாக வரிகள் வந்து விழுந்தவண்ணம் இருந்த இந்த முறைப்பாட்டின் இலக்கணம் ஏதும் எனக்குத் தெரியவுமில்லை புரியவுமில்லை. கவிதை எனக்குள் நிகழ்த்தியிருக்கும், இன்னும் நிகழ்த்திவரும் ஜாலத்தின் மர்மம் எனக்கு என்றுமே புரிந்ததில்லை.

 ○

ஒவ்வொரு கணமும் அனுபவத்தின் இதுவரை கண்டிராத ஒரு மடிப்பு திறந்துகொள்கிறது. புதியதொரு பார்வை வெளிச்சத்துக்கு வருகிறது. மொழி உருவாவதற்கு முந்தைய தளத்திலிருந்து இது உருக்கொண்டு வருகின்ற காரணத்தால் சொற்களாக உருக்கொள்வதற்கு முன்னால் ஒரு படிமமாக, அல்லது ஒரு பிம்பமாகவே புதியது தன்னைக் காட்டிக்கொள்கிறது. அதன் பிறகு மொழி சார்ந்த மேல்மனம் அந்த பிம்பத்தை எதிர்கொண்டு சொற்களுக்குள் அதைக் கொண்டுவருகிறது. சொல்லின் தளத்துக்கு வந்து சேர்ந்த பின்புதான் பொதுமனத்திற்கு அது தெரியவருகிறது. ஆனால் ஒரு கலைஞன் மேல்மன அனுபவத் தின் மொழிக்கட்டமைப்புக்குள் வருவதற்கு முன்பாகவே அனுபவத்தின் புதிய படிமத்தை முன்சென்று பாதி வழியிலேயே சந்தித்துவிடுகிறான். அதனால்தான் ஒரு கலைஞன் பெரும்பாலும் படிமத்தின் தளத்தின் இயங்குகிறான். அவ்வாறு தான் சந்தித்த அனுபவத்தைச் சொற்களிலோ அல்லது கருத்துகளிலோ, வண்ணங்களிலோ அல்லது கோடுகளிலோ, கல்லிலோ அல்லது மரத்திலோ அல்லது ஏதாவதொரு உலோகத்திலோ, ஒலியிலோ,

காட்சிப் படிமத்திலோ கலைஞன் தன் கலைப்படைப்பாக வெளிப்படுத்துகிறான். அனுபவத்தின் கடைசிக் கட்டம்தான் புற அனுபவம் என்னும் உண்மை, அறிவுபூர்வமாக அறியாவிட்டாலும் கூட ஒரு அசலான கலைஞனுக்கு நன்றாகவே தெரியும்.

நனவுமனமும் நனவிலியும் தனித்தனித் தளங்களாகப் பிரிந்து கிடக்கும் இன்றைய நிலையின் காரணமாக வாழ்வனுபவம் புறம் – அகம் என்று பிளவுபட்டுக் கிடக்கிறது. இது ஒரு நோய்வாய்ப்பட்ட நிலை. மனித வாழ்க்கையின் அனைத்துச் சிக்கல்களுக்கும் இதுவே அடிப்படைக் காரணம். தனிமனிதப் பிரச்னைகளோ, மொத்த மனித சமுதாயத்தின் சிக்கல்களோ, இரண்டுமே இந்தப் பிளவின் விளைவாகவே இருக்கின்றன.

நனவும் நனவிலியும் பரஸ்பரப் பரிமாற்றத்தில் ஒன்றை யொன்று ஏற்றுக்கொண்டு ஒருங்கிணைந்தால் மட்டுமே இந்தப் பிரச்னைகளுக்கான தீர்வு கிடைக்கும். இரண்டு தளங்களும் ஒன்றிணைந்து பிரிவு கடந்த ஒற்றைப் பிரக்ஞையாக, ஒரே இயக்கமாக வெளிப்படும்போது புதிய உலகக்கட்டமைப்புகள் தோற்றம் கொள்ள முடியும்.

நனவிலியின் உள்ளடக்கத்தை நனவின் வெளிச்சத்திற்குக் கொண்டுவருவதால் மட்டுமே மனித மனம் தொடர்ந்து உருவாக்கும் துன்பங்களிலிருந்து விடுதலை கிடைக்க முடியும். அது மனித மனத்தை எதிர்கொண்டிருக்கும் மிகப்பெரும் சவால். ஆனால் அதுவரையில் நனவிலியின் இருளில் இயங்கிக் கொண்டிருக்கும் ஆழ்மனச் சக்திகள்தான் நம் வாழ்வை நடத்திக் கொண்டிருக்கும். இதைத்தான் நாம் விதி அல்லது தலைவிதி என்று சொல்கிறோம். இப்போது உலகத்தில் நடந்துகொண்டிருக்கும் தனிமனிதச் சிக்கல்களும் குழுப்பூசல்களும் போர்களும் இந்த நிலையின் பிரதிபலிப்புதான். இந்தச் சக்திகளின் ஆதிக்கத்தி லிருந்து விடுபட வேறு வழி எதுவுமில்லை. தன்னில் தான் விழித்துக்கொண்ட சுயப்பிரக்ஞையின் ஒளி மட்டுமே அக விடுதலைக்கு வழிவகுக்கும். கவிதை மற்றும் பிற கலைகளின் இயக்கம் இந்த அகவிடுதலைக்குச் சாதகமான சாதனமாக நமக்குக் கிடைத்திருக்கிறது. கலைஞனுக்கு மட்டுமில்லாமல் அதை அனுபவிப்பவனுக்கும் இதன் பலன் கிட்டும்.

தனிமனித மனத்தின் பரிணாமமும் மொத்த மனிதப் பிரக்ஞையின் பரிணாமமும் ஒன்றோடொன்று பிணைந்து பின்னியவை. தனித்தனியாகப் பிரிக்கப்பட முடியாதவை. ஒரே முறைப்பாட்டின் இருவேறு அம்சங்கள்தாம் இரண்டும். கலையின் பாதை வாழ்க்கைப் பாதையின் வெளிப்பாடுதான். உள்ளே நனவிலியின் இருளில் கோலோச்சிக்கொண்டிருக்கும்

ஆழ்மனபிம்பங்கள் கட்டம் கட்டமாக நனவின் ஒளியில் வெளிப்படுவதுதான் பரிணாமம். கலைவெளிப்பாடு அந்த முறைப்பாட்டின் முக்கியமான பல சாதனங்களில் ஒன்றுதான். தன் சுயகதியில் தானாக நடக்கும்போது பல்லாயிரக்கணக்கான ஆண்டுகள் ஆகக்கூடிய பரிணாம வளர்ச்சியின் முறைப்பாட்டை கலையின் இயக்கம் பெருமளவுக்கு வேகப்படுத்தும் வல்லமை வாய்ந்தது. இந்தப் பயணத்தின் பாதையில், ஆழ்மனப் பிம்பங்களின் அடித்தளமாக நிலைத்திருக்கும் சுத்தப் பிரக்ஞை நனவுத் தளத்தில் மேலெழும்போது அக இருள் முற்றாக விலகும் சாத்தியம் இருக்கிறது. தன்னில் தான் முழுவதுமாக விழித்துக்கொண்ட சுத்தப் பிரக்ஞை தன்னைவிட்டுப் பிறிதொன்று ஏதுமில்லை என்று அறிந்துகொள்ளும் தரிசனத்தில் மனம் தனக்குள் தானே அடங்கிப்போக முடியும். அகப் பயணத்தின் அடுத்தடுத்த கட்டங்கள் விரிவதற்கு இது வழிவகுக்கும்.

இன்னும் தொடர்ந்து நடந்துகொண்டுவரும் இந்த என் பயணத்தின் அடுத்த கட்டங்கள் என்ன, இது என்னை எங்கே அழைத்துச் செல்லப் போகிறது என்பது பற்றி எனக்கு ஏதும் தெரியாது. நடப்பதை நடக்கிறபடியே ஏற்றுக்கொள்ளும் ஆயத்தத்துடன் எப்போதும் இருக்கவேண்டியது தவிர எனக்குச் செய்வதற்கு வேறொன்றுமில்லை.

○ ○ ○

என் இந்தப் பயணத்தின் பாதை என் தந்தை ஒய். ஆர். கே. சர்மா விடமிருந்து தொடங்குகிறது. அவரது இலக்கிய ஈடுபாடும் அவருடைய இலக்கிய நண்பர்களும் எனக்குள் சிறுவயதில் வித்திட்ட பல விஷயங்கள்தான் இன்று என்னை இவ்வளவு தூரம் அழைத்துவந்திருக்கிறது. என் முதல் நன்றியை அவருக்கு உரித்தாக்குகிறேன். இந்தப் பயணத்தில் பல நண்பர்கள் எனக்கு உறுதுணையாக இருந்திருக்கிறார்கள். ஞானக்கூத்தன், ந. முத்துசாமி, தேவதச்சன், ஆத்மாநாம், ஆர். ராஜகோபாலன், வைத்தியநாதன், ஷாஅ, நகுலன், காளி–தாஸ், மையம் ராஜகோபாலன், அழகியசிங்கர், குவளைக்கண்ணன், யுவன் சந்திரசேகர், பிரம்மராஜன், க.வை. பழனிசாமி, பெருமாள்முருகன், மோகனரங்கன், ஹாலாஸ்யம், ஷங்கர்ராமசுப்ரமணியன், இன்னும் பலருடன் தொடர்ந்து நடந்த உரையாடல்களிலிருந்து நான் அறிந்து கொண்டது ஏராளம். அவர்கள் அனைவருக்கும் என் சிரம் தாழ்ந்த நன்றி. கிட்டத்தட்ட கடந்த ஐம்பது வருடங்களாக என் கவிதைகளைப் பிரசுரித்த பல பத்திரிகைகளுக்கு என் பணிவான நன்றி பலகோடி.

தேவதச்சனின் கவிதைகளையும் என் கவிதைகளையும் சேர்த்து 'அவரவர் கைமணல்' என்ற தலைப்பில் ஒரு கவிதைத் தொகுதி மூ வெளியீடாக வெளிவந்தது. அதுவே என் முதல் கவிதைத் தொகுப்பு. மூ நண்பர்களுக்கு என் நன்றி. அதன் பிறகு அழகியசிங்கர் எனது இரண்டாவது தொகுப்பான 'காலடியில் ஆகாயம்' என்ற நூலை வெளியிட்டார். விருட்சம் வெளியீடாக இது வெளிவந்தது. அவருக்கு என் நன்றி. அதன் பிறகு என் நூல்கள் எல்லாவற்றையும் காலச்சுவடு கண்ணன்தான் வெளியிட்டுக்கொண்டு வருகிறார். என் எழுத்துக்களைத் தொடர்ந்து பிரசுரித்து எனக்கு ஊக்கம் கொடுத்துக்கொண்டிருக்கும் நண்பர் காலச்சுவடு கண்ணனுக்கு என் பிரத்தியேகமான நன்றி.

இந்தத் தொகுதிக்கு ஆழமானதொரு முகவுரை எழுதித் தந்துள்ள கவிஞர் சுகுமாரனுக்கு என் பணிவான வணக்கமும் மனமார்ந்த நன்றியும்.

•

சென்னை – 90                                                   ஆனந்த்
டிசம்பர் 5, 2023

முன்னுரை

# எங்கும் போகாமல் எப்போதும் போகும் நதி

**வரி**களாக இல்லாமல் காட்சியாகவும் அது கிளர்த்திய சிந்தனையாகவும் ஒரு கவிதை ஏறத்தாழ நான்கு பதிற்றாண்டுகளுக்கும் மேலாக நினைவில் பதிந்திருக்கிறது. அது ஆனந்தின் 'யுத்தக்காட்சி'. மறுபிறவி எடுத்த கசடதபற இதழொன்றில் (1976) வெளிவந்தது. அந்தக் கவிதைதான் இதழைக் குறித்த எண்ணங்களையும் நிலைநிறுத்தியது. பல ஆண்டுகளுக்குப் பின்னர் என்னுடைய கவிதை 'யுத்தகாண்டம்' உருவாகவும் ஆனந்தின் கவிதைதான் உந்துதலாக இருந்தது.

நவீனத் தமிழ் அல்லது நவீனத்துவத்தமிழின் வல்லின ஏடான கசடதபற அன்று புழக்கத்திலிருந்த கவிதை மரபில் புதிய போக்குக்கு வழிகோலியது. சொற்களின் கூட்டமாகவும் உணர்ச்சித் ததும்பலாகவும் உரத்த முழக்கமாகவும் எழுதப்பட்டு வந்த கவிதைகளுக்குப் பதிலாகச் சொற்களைக் கடந்ததாகவும் உணர்ச்சி மிகைத்துவிடாததாகவும் சிந்தனையில் சலனத்தை ஏற்படுத்துவதாகவுமுள்ள கவிதைப்போக்கை முன்வைத்தது. 1970 அக்டோபர் முதல் 73 ஜூலை வரை மூன்றாண்டுகள் தொடர்ந்து வந்த கசடதபற பத்திரிகையின் பின் இதழ்களை அறிமுக வாசகனாகவும் கவிதையாக்கத்தில் ஆர்வம் கொண்டவனாகவும் ஊன்றி வாசித்தபோது உருவான கருத்து இது. அனுபவித்து அறிவதல்ல; அறிந்து கொள்வதன்மூலம் அனுபவமாவதே

கவிதை என்பதைக் கசடதபற இதழ்க் கவிதைகள் எடுத்துக் காட்டின. இந்தப்போக்கின் நடைமுறையாளர்களில் ஒருவராகவே ஆனந்தைக் கவனத்தில் கொண்டேன்.

கவிதையை ஏதேனும் கருத்தின் விளக்கமாகக் கையாள்பவர்களின் வரிசையை எல்லாக் காலங்களிலும் எல்லா மொழிக் கவிதை மரபுகளிலும் காணலாம். நவீனத் தமிழ்க் கவிதையிலும் அப்படியான வரிசையைக் காணமுடியும். க.நா. சுப்ரமண்யம், சுந்தர ராமசாமி, சி.மணி, முதல் அபி, ஷா அ வரையில் ஆனந்த் உள்ளிட்ட கவிஞர்களைக் கருத்தியல் விவாதத்துக்கு உரியதாகக் கவிதையை முன்வைத்தவர்கள் என்று அடையாளம் காண விரும்புகிறேன். இதன் பொருள் இங்கு குறிப்பிட்ட கவிஞர்கள் அனைவரும் கருத்து விளக்கமாக மட்டுமே கவிதையை நினைத்தார்கள் என்பதல்ல. அனுபவங்களை அனுபவங்களாக மட்டுமே வெளிப்படுத்துவதைக் கடந்து சிந்திக்க உதவும் ஊடகமாகவும் கருதினார்கள் என்பதும்தான். அனுபவத்தை உணர்வாகவும் கருத்தாகவும் முன்னிருத்தும் இருவகைக் கவிதைகளையும் இவர்கள் எழுதியிருக்கிறார்கள். பாரதியின் 'சின்னஞ் சிறுகிளியே', 'இருளும் ஒளியும்' ஆகிய இரண்டு கவிதைகளை ஒப்பிட்டால் விளங்கலாம். முன்னது உணர்வு ததும்புவது. பின்னது கருத்தை வலியுறுத்துவது. ஆனந்த் கவிதைகளிலிருந்தே சான்றுகளைக் காணலாம். பெயரைத்தேடி (பக். 130), அலை (பக். 167) ஆகிய இரு கவிதை களை வைத்து இதைப் புரிந்து கொள்ள முடியும். முதல் கவிதை அனுபவத்தை விரியவிடுகிறது. இரண்டாவதோ அதைக் கருத்தாக மாற்றுகிறது. அநேகமாகக் கவிதையாக்கத்தில் ஈடுபடும் எல்லாரும் இந்த இரண்டு நிலைகளிலுமோ இரண்டும் இணைந்த நிலையிலுமோதான் செயல்படுகிறார்கள் என்பது கவனத்துக்குரியது. மொழியின் முதன்மையான பணி உணர்வையும் கருத்தையும் வெளிப்படுத்துவதுதானே?

1976இல் வெளியான 'யுத்தக்காட்சி'தான் ஆனந்தின் முதல் கவிதையா என்று உறுதியாகச் சொல்ல முடியாது. ஆனால் ஒரு கவிஞராக அவரை எனக்கு அறிமுகப்படுத்தியது அதுதான். வாசகனாகவும் கவிஞனாகவும் அவரைப் பின் தொடர வைத்திருப்பதும் அந்தக் கவிதைதான், அதற்குப் பின்னான ஆண்டுகளில் தொடர்ந்து எழுதி வந்திருக்கிறார். கணிசமான எண்ணிக்கையிலும் வெவ்வேறு வடிவங்களிலும் கவிதையாக்கத்தைத் தொடர்ந்துமிருக்கிறார். தனிக்கவிதை களாகவும் நீண்ட கவிதைகளாகவும் எழுதியிருக்கிறார். 'இளவரசி கவிதைகள்' என்று நவீன காவிய முயற்சியிலும் ஈடுபட்டிருக்கிறார்.

இந்த ஆக்கங்கள் அனைத்தையும் உள்ளடக்கியது இந்தத் தொகுப்பு. இதில் தோராயமாக நூற்று எழுபது கவிதைகள் உள்ளன. அவை ஒவ்வொன்றையும் நுணுகிப் பார்ப்பதோ விரித்து விளக்குவதோ எளிதல்ல. எனினும் ஆனந்த் கவிதைகளின் பொது, சிறப்பு இயல்புகளாகக் கருதுபவற்றை முன்னிருத்த இயலும்.

ஆனந்தின் கவிதைகளில் சிந்தனையே முதன்மையாக இடம்பெறுகிறது என்பதைக் கவிதையின் எளிய வாசகனும் புரிந்துகொள்ள முடியும். கவிதைக்கு என்று ஆகிவந்திருக்கும் வடிவத்திலிருந்தும் இயங்கு தளத்திலிருந்தும் மாறுபட்டவை அவை. அதனால்தான் அவர் கவிதைக்கான வாசகப்பரப்பு தேர்ந்தெடுக்கப்பட்ட ஒன்றாக அமைகிறது. புறத்தோற்றத்தில் ஒன்றுபோல் தென்படும் அவரது கவிதையின் வடிவம் உள்ளார்ந்து வேற்றுமைகளைக் கொண்டது.

'திரைச்சீலைக்காட்சிகள்' கவிதையும் 'சுவர்' கவிதையும் ஒன்றேபோல் தோன்றினாலும் உட்பொருளில் வெவ்வேறானவை. முன்னது காட்சிகளை முழுமையாகப் பார்க்கத் தொடங்குகிறது. பின்னது காட்சியில் இல்லாமற் போகும் நிலையைச் சொல்கிறது. இதையே இன்னொரு கோணத்திலும் அவதானிக்கலாம். ஆனந்தின் கவிதைகளில் இடம்பெறும் காட்சிகள் அவற்றை மீறிய கருத்துக்கு இட்டுச் செல்லுபவை. சிந்தனைத்தளத்தில் இன்னொன்றாக விரிவு கொள்பவை.

தத்துவ விசாரம் கொண்டவை என்றும் ஆன்மீகமானவை என்றும் ஆனந்தின் கவிதைகளைக் காண விரும்புகிறேன். ஆனால் தத்துவம், ஆன்மீகம் ஆகியவற்றுக்கு அளிக்கப்பட்டிருக்கும் மரபான பொருளில் அல்ல. அதற்கு மாறான நவீன வாழ்க்கை சார்ந்த பொருளில். தத்துவம் என்பது அனுபவத்தை விளக்கிக் கொள்வதாகவும் விளக்குவதாகவும் ஆன்மீகம் என்பது இறைமையை நாடுவதாகவும் காலங்காலமாகப் பயின்று வருகின்றன. நவீனகாலம் தத்துவத்தை மானுட இருப்பின் தேடலாகவும் ஆன்மீகத்தை இம்மையியல் சார்ந்ததாகவும் புதிய பொருளில் காண்கிறது. இந்த இயல்பின் சான்று ஆனந்தின் கவிதைகள். அவரது தத்துவக் கண்ணோட்டத்திலோ ஆன்மீக உணர்விலோ உலகியலை மீறியதோமதச் சார்புகொண்டதோ எதுவும் இல்லை. இந்த இருப்பின் சிக்கலை இந்த உலகைச் சார்ந்தே கவிதையாக்க முயல்கிறார். 'உலகை நிரப்பி வழிந்துவா' என்ற வரி ஒருதத்துவ நிலை. அது எதற்கு என்ற கேள்வியும் இயல்பாகவே எழுகிறது. 'மரங்களில் மலர்களாய் மலர/ மலையிலிருந்து அருவியாய் உதிர' என்ற இம்மை சார்நிலையே பதிலாக அமைகிறது.

எதார்த்த உலகின் கூறுகளைக் கொண்டிருந்தாலும் ஆனந்தின் கவிதையில் சுட்டப்படும் உலகம் எதார்த்தமானதல்ல. கவிஞர் கொண்டிருக்கும் கருத்துகளுக்கு இசையக் கட்டமைக்கப் படுவது அது. அன்றாட மொழியில் இயங்கினாலும் அவரது கவிமொழி தனித்துவமானது. அன்றாடச் செயல்கள் குறிப்பிடப் பட்டாலும் அவை அன்றாடத் தர்க்கத்தில் இயங்குபவை அல்ல. ‘மாடிப்படி’ கவிதை உதாரணம்.

மாடிப்படியிலே
ஏறிக்கொண்டும்
இறங்கிக்கொண்டும்
இருக்கிறார்கள் அனைவரும்.

ஏறிக்கொண்டும்
இறங்கிக்கொண்டும்
இருக்கிறது மாடிப்படி ...

கவிதையால் சுட்டப்படும் ஒன்றுக்கு அப்பால் இருப்பதையே ஆனந்தின் கவிதைமுறை காட்டுகிறது. கவிதையில் பயன்படுத்தும் சொற்களும் காட்சிகளும் அவற்றைக் கடந்த நிலையையே வெளிப்படுத்துகின்றன. ‘மலர்க்கண்கள், உறுதிமொழி, முதல் அம்பு’ ஆகிய கவிதைகள் அவ்வாறானவை.

புலன்களின் நேர்விளைவுகளை ஆனந்த் கவிதைகள் அவதானிக்கின்றன. ஆனால் ஏற்றுக்கொள்வதில்லை. அவற்றின் நிகழ்கணத்தன்மையை விலக்குகின்றன. அவற்றுக்கு இன்னொரு தளத்திலான பண்பை அளிக்கின்றன. ஒருபோதும் முடியாத காலத்துக்குக் கொண்டுசெல்கின்றன.

நேற்றே முகர்ந்த
நாளைய மலர்கள்
இன்றே மலர்கின்றன

என்ற வரிகளைச் சொல்லத் தோன்றுகிறது.

காலத்தைக் கருப்பொருளாக்கிக் கவித்துவமான சிந்தனைகளை முன்னிருத்தியவர் ஆனந்த். அவர்போல, காலத்தை நவீன கவிதையில் சித்தரித்தவர்கள் குறைவு. நாம் பகுத்து வைத்திருக்கும் காலத்தை ‘எங்கிருந்து வருகுதிந்த இன்றுகள்’ என்று செல்லமாகக் குறைசுூறும் அதே மனம் ‘அந்த நாள்/எனக்கு நன்றாக/நினைவில் இருக்கிறது / அன்று என்ன நடந்தது என்பது தான் / ஞாபகமில்லை என்று உதாசீனமாகவும் முணுமுணுக்கிறது. நமது காலம் நடைமுறை சார்ந்தது. எனவே அது ஓடி மறைகிறது. நாமறியாத அகண்ட வெளியில் காலம் அசைவற்றது அல்லது நிலைத்திருப்பது. இரண்டு வகையான காலங்களையும் ஆனந்த் கவிதைகளில் தரிசிக்கலாம். ‘படுகை’

கவிதை சலன – நிச்சலனக் காலங்களை முன்வைக்கிறது. கூடவே காலத்தை இடமாகவும் மாற்றிக் காட்டுகிறது.

எப்போதும் போய்க்கொண்டே
எங்கேயும் போகாமல்இருக்கும்
நதி
எங்கும் போகாமல்இருக்கும்
படுகையின் மேல்
எப்போதும் போய்க்கொண்டிருக்கிறது.

இதில் காலம் இடமாகவும் இடம் காலமாகவும் மாறுகின்றன. இந்த மாற்றமே ஆனந்த் கவிதையைத் தனித்துவப்படுத்துவதாகக் கருதுகிறேன்.

அதிகம் கவனம் பெறத் தவறிய நெடுங்கவிதை முயற்சி ஆனந்தின் 'இளவரசி கவிதைகள்'. அவர் கவிதைகளின் அடிப்படை இயல்பான கருத்தியலைக் கடந்து உணர்வெழுச்சியும் நெகிழ்வும் இயைந்த கவிதைகள் அவை. மானுட மனம் தனது இன்னொரு பாதியைத் தேடும் வேட்கையாகவோ சிந்தனையின் வேராக உள்ள உணர்வை வெளிக்காட்டும் படைப்பாகவோ கவனிக்கத் தகுந்தவை.

சிந்தனையை மையமாகக் கொண்டவை இந்தக் கவிதைகள். சிந்தனையை உணர்வாகவும் உணர்வைக் கருத்தாகவும் முன் வைப்பதில் தேர்ந்தவை. அந்தச் சிந்தனை நவீனமானது என்பது குறிப்பிடத்தகுந்தது. ஏதேனும் அரசியல் கருத்தாக்கங்களையோ கோட்பாடுகளையோ புராணிகங்களையோ வரலாற்றையோ ஒட்டியவை அல்ல. காலங்காலமாக அகப்பட்டிருந்த மரபான சிந்தனைப் பொறியிலிருந்து மீளும் நவீன மனம் எழுப்பும் கேள்விகளிலிருந்து எழுந்தது இது. வாழ்வின் புழக்கத் தளத்தைக் கடந்த இன்னொரு தளத்தில் செயல்படுவை ஆனந்த் கவிதைகள். எளிய சொற்களிலும் கச்சிதமான வடிவிலும் உள்ளவை. ஆனால் இவற்றின் மையப் பொருள் துழாவத் துழாவ ஆழ்ந்து செல்வது. அன்றாடத்தையும் காலத்தையும் புலன் அனுபவங்களையும் சித்தரிக்கும் வகையில் வேறுபட்டவை இந்தக் கவிதைகள். இவற்றில் முன்வைக்கப்படும் அன்றாடம் உலகியல் சார்ந்தது. எனினும் உலகியலைத் துறந்ததும் கூட. நாம் அனுபவிக்கும் அன்றாடம் பெரும் நிகழ்வின் சிறு பகுதி. புலப்படாத இன்னொரு பகுதியைத்தான் கவிதை பொருட்படுத்துகிறது. நடைமுறை எப்படி தினசரிச் செயல் அல்லவோ அதைப் போன்றே கவிதையில் இடம்பெறும் காலமும் கடிகாரப்பொழுது அல்ல. அவ்வாறே. புலன் அனுபவங்களாகக் கவிதையில் சித்தரிக்கப்படுபவை வேறொரு பேரனுபவத்தின் விள்ளலாக இடம்பெறுகின்றன.

கவிதை வாசகனாக ஆனந்த் கவிதைகளை மனதிற் கொண்டிருப்பது மேற்சொன்ன பின்புலத்தில்தான்.

இருந்த இடத்தில் / இருந்த படியே / நீ இரு
நான் வருவேன் / உன் கால்களை வருடிச் செல்லும்
நீரெல்லாம் கழிந்த பின்னே

என்று வாசகனிடம் சொல்வது இருப்பின் இருப்பைப் பற்றித் தான், இல்லையா?

கோயம்புத்தூர் சுகுமாரன்
07-12-2023

# புதிய கவிதைகள்

## அந்த இடம் – 1

அது
என்னை விழுங்கிய பிறகும்
நான் அதே இடத்தில்தான்
இருந்தேன்
ஆனால் அது
வேறொரு இடத்தில் இருந்த
அதே இடமாக
இருந்தது

மண்ணெல்லாம்
மாபெரும் மலைகளாக
இருந்த காலத்தில்
தோன்றிய இடமாக
அது இருந்தது

மயில்களும் மான்களும்
கூடிக் குலவும் வனமாக
அது விரிந்திருந்தது

கடல் செல்லும் வழியில்
நதி சற்று இளைப்பாறிச் செல்லும்
நந்தவனம் அது
என்று கல்லில்
பொறித்துவைக்கப்பட்டிருக்கிறது

பேரலைகள் சிற்றலைகளாக
மாறிய பின்
புதிதாய்த் தோன்றிய இடமாக
அது
இருந்துகொண்டிருக்கிறது

●

## அந்த இடம் - 2

இங்கே
மறந்துபோனதெல்லாம்கூட
அங்கே
நினைவில் இருக்கிறது

பனிவெளிக்கு அப்பால்
குகைபுகுந்து வெளியேறி
ஒற்றைப் பாதையில்
ஒரு காதம் தாண்டி
நினைவும் மறதியும் கடந்த
அந்த இடம் இருக்கிறது

நீலவண்ண வெளிச்சம்
நிரம்பிய அந்த இடத்தில்
நதிக்கரையோரம்
நானே கட்டிய
என் குடிசை இருக்கிறது

●

## அந்த இடம் – 3

அறிந்ததும் அறியாததும்
புரிந்ததும் புரியாததும்
ஒன்றாகக் கலந்திருப்பது
அந்த இடம்

பகலுக்கும் இரவுக்கும் வெளியில்
முடிவற்று விரிந்திருக்கும்
பேராழத்தில் நிற்கிறது
ஒளியை ஒளியால் காட்டும்
ஒற்றைப் பளிங்குக்கல்

சொற்கள் குதித்தோடும் நதியின்
மறுகரையில் தொடங்கும்
பாதைகள் இல்லாத அடர்வனத்தில்
மான்களும் மயில்களும் கூடும்
பெருமரம் வளர்ந்துவருகிறது

உள்ளங்கை வெளியில்
அடங்கிவிடும் அடர்வனம்
சுண்டுவிரல் நுனியில்
வளர்கிறது பெருமரம்

●

## அந்த இடம் – 4

உலகின் கடைசி மைல்கல்லைக்
கடந்த பிறகு தொடங்குகிறது
அந்த இடம்

அங்கே எல்லோரும்
வேறொரு மொழி பேசுகிறார்கள்

உள்ளே செல்லும் ஒவ்வொருவருக்கும்
ஒரு புதிய பெயர் கொடுக்கப்படுகிறது
அந்தப் பெயரும்
நிலைமைக்குத் தக்கவாறு
மாற்றப்படுகிறது
எந்தப் பெயரும்
யாருடையதும் இல்லை

அங்கு கடைகள் ஏதும் கிடையாது
யாரும் அங்கு நகைகள் அணிவதில்லை
புன்னகைகளை வைத்து
அங்கு பொருட்கள்
பரிமாறிக்கொள்ளப்படுகின்றன

மலைகள் அங்கு அவ்வப்போது
இடம் மாறிக்கொள்ளும் காரணத்தால்
வரைபடங்கள் ஏதும் இல்லை

எல்லைகள் இல்லாததால்
போரும் இல்லை

இலக்கு ஏதும் இல்லாததால்
பாதைகளும் இல்லை

எல்லோரும் எப்போதும்
எங்கோ போய்க்கொண்டிருந்தாலும்
பயணங்கள் ஏதும் இல்லை

நீயும் நானும் அவ்வப்போது
சந்திக்கும் அந்த வீடு மட்டும்
மெல்லொளி வீசிக்கொண்டு
இருக்கிறது.

●

## நிலைக்கண்ணாடி – 1

வட்டமான அந்த
நிலைக்கண்ணாடிக்குள்ளேதான்
எல்லாம் இருக்கிறது
முதலில் இருந்த
ஒற்றைத் துகளில் இருந்து
தொடங்கிப் பரிணமித்து
இக்கணம் வரையில்
எல்லாம் அங்கேதான் நடக்கிறது

பழையதை விடுத்துவந்த புதியது
மீண்டும் பழையதாகித்
தன்னையும் விடுக்கும் சங்கிலித் தொடர்
நீண்டுகொண்டே போகிறது

முதலில் கண்ணாடியை அலங்கரித்துக்
கொண்டிருந்தேன்
பூவேலைப்பாடுகள் செய்த அழகான
சட்டங்கள் போட்டுவைத்தேன்

பிறகு நீண்ட காலம் கழித்து
அலுத்துப் போய்
அந்த முயற்சியைக்
கைவிட்டேன்

பின்னர் கண்ணாடியைத்
துடைக்கத் தொடங்கினேன்
துடைக்கத் துடைக்க
அந்தக் கண்ணாடி
என் முகத்தை இப்போதெல்லாம்
தெளிவாகக் காட்டத் தொடங்கியிருக்கிறது

கண்ணாடியின் விளிம்புக்கு வெளியில்
யாருமில்லை எதுவுமில்லை
எப்போதும் இல்லை
எதுவும் நடக்கவில்லை

முகமற்ற எந்தன்
மனமற்ற கானம் மட்டும்
கேட்டுக்கொண்டே இருக்கிறது

●

## நிலைக்கண்ணாடி – 2

கண்ணெதிரே
நிலைக்கண்ணாடியில்
தெரியும் உலகினுள்
நுழைந்துவிடத்தான்
ஆயுள் முழுவதும்
முயன்றுகொண்டே இருக்கிறேன்

ஒரு அடி முன்னே
எடுத்து வைக்கிறேன்
கண்ணாடி அங்கேயே இருந்தாலும்
கண்ணாடி உலகம் ஒரு அடி
பின்னே நகர்ந்துகொள்கிறது

ஆழமும் அகலமும் உள்ள
உலகம்தான் அது
ஆனாலும்
உள்ளே நுழைய முடியவில்லை
இதுவரையில்

கண்ணுக்குத் தெரிகிறது
கால் நுழைய விழைகிறது
மனம் ஏங்கித் தவிக்கிறது
மர்மம் இன்னும் விளங்கவில்லை

கண்ணாடிக்குள்ளே
பரந்து விரியும் உலகுக்கும்
என் உலகவெளிக்கும் இடையே
தொடர்ந்து என்னிடமிருந்து
நகர்ந்து விலகிப் போகும்
எல்லைக்கோட்டில்
என் இடைவிடாத
வாழ்வெளிப் பயணம்
தொடர்கிறது

சோர்ந்துபோய்க்
கண்ணாடிக்குள் நுழையும்
இந்த முயற்சியைக் கைவிடுகிறேன்

இப்போது
என்னிடமிருக்கும் ஒரே கேள்வி
கண்ணாடியின் முன்
யாரும் நிற்காதபோது
எதுவும் இல்லாதபோது
கண்ணாடி எதைக் காட்டுகிறது
என்பதுதான்

•

## புதிய தீவுகள்

யாரும் இன்னும் அறிந்திராத ஓரங்களில்
புதிய தீவுகள் உருவாகின்றன
மலைகள் வளரும் காலம் நெருங்கிவிட்டது

ஓரங்களில் நிற்பவர்கள்
உள்ளேயா வெளியேயா என்று
முடிவெடுத்தாக வேண்டிய
கட்டாயம் இப்போது

அன்னப் பறவைகள் கூட்டம் கூட்டமாக
மலையடிவாரத்தில் வந்து சேர்கின்றன

கடந்துபோகும் பழையதும்
வந்துசேரும் புதியதும்
சந்திக்கும் விளிம்பில்
ஒயிலாய் நிற்கும் அந்தப் பெண்
யாரும் இன்னும் கேட்டிராத
புதிய பாடல் ஒன்றை
மெல்லிய குரலில்
பாடிக்கொண்டிருக்கிறாள்

மலைச்சிகரங்களுக்கு அப்பாலிருந்து
பறந்துவருகிறது
அந்தப் புதிய பறவை

●

## புதிய கானம்

மின்னல் வெளிச்சத்தில்
பளிச்சிடும் காட்சிகள்
கோர்வையற்று சிதறிக்கிடக்கும்
ஒளிச்சில்லுகள்

கூரை திறந்து பெய்த மழையில்
உள்ளே வீற்றிருக்கும்
சிற்பங்கள் நனைகின்றன
மண் தரை கரைந்து
கலங்கிய சிற்றோடைகள்
கண் சிமிட்டும் வேளையில்
காலை புலப்பட்டது

கனவு கலைந்து
கலங்கிய ஓடை தெளிந்தது
அப்போதுதான்
அந்தப் புதிய கானம்
கேட்கத் தொடங்கியது

●

## கதைக்குள் அவன்

துணையேதும் இல்லாமல்
தனியே திரிந்துகொண்டிருந்த அவன்
யாரோ எழுதும் புதிய கதைக்குள்
ஒரு பாத்திரமாய் உள்ளே நுழைகிறான்

கதையின் போக்கை
மாற்றிவிட நினைக்கிறான்
மற்ற பாத்திரங்களைத் தன் விருப்பப்படி
மாற்ற விழைகிறான்

கதை மாற மறுக்கிறது
தன்னியல்பின்படிதான் கதை நகர்கிறது
புதிய திருப்பங்களை மேற்கொள்கிறது

கதைக்கும் அவனுக்கும் இடையே இப்போது
பெரும் யுத்தம் மூள்கிறது
அவனுடைய சண்டை
கதைமாந்தருடன் அல்ல
கதையுடன்தான்

அவனைவிடக் கதை மிகவும் பெரியது
என அவன் நினைக்கிறான்
ஆகையால் கதையை விட்டு அவன்
கடைசியில் வெளியேறுகிறான்

தான் வெளியேறியும்கூடக்
கதை தொடரும்
என அவன் நினைக்கிறான்
ஆனால் தொடரவில்லை
அத்துடன் கதை முடிந்துபோகிறது

ஏனெனில் அது
அவனுடைய கதை
அல்லது
அவனே அவன் கதை

●

## கடலும் கிணறும்

ஏராளத்தின் சிதறல்களைத் தேடிக்கொண்டிருக்கிறான்
கிணறும் கடலும் சேரும் காலம் வருமென்று
அவன் தனியாகக் காத்திருக்கிறான்

மழை வருகிறது என்ற செய்தி இப்போது கிடைத்துள்ளது
பெண்கள் வரிசை கலைந்து அமர்ந்திருக்கிறார்கள்
மயிலும் மானும் தனித்தனிப் பாதையில் செல்கின்றன

ஒருவர் மட்டுமே செல்லக்கூடிய பாதையில்
இருவர் செல்ல யத்தனிக்கிறார்கள்

சிதிலமடைந்த கோவிலைப் புதுப்பிக்கும் ஏற்பாடு
தொடங்கும் வேளையில்தான்
அந்தப் பாடல் கேட்கத் தொடங்கியிருக்கிறது

ஒரு முறை
ஒரே ஒரு முறை
நானும் நீயும் சந்திக்கும் நேரமும் இடமும்
குறித்தாகிவிட்டது

இல்லாத பாதையில்
சொல்லாத சொற்களை
பயிலாத மொழியில் நான்
பாட நினைக்கிறேன்

•

## உள்ளங்கை உலகம்

கடைசியில்
கற்கள் கனிகளாக
மாறும் காலம்
இதோ தொடங்குகிறது

நேர்க்கோடுகள் வளைந்து
முனைகள் சந்தித்ததில்
வட்டங்கள் எங்கும் மிதக்கின்றன

குகை வாயில் வழியே
உலகங்களுக்கிடையிலான
புது வழிகள் திறக்கின்றன

வாய் திறந்து
பெயர் சொன்ன கணத்தில்
பொருட்கள் உருவம் கொள்கின்றன

குவிந்த உள்ளங்கையில்
உள்ளடங்கும் உலகத்தை
ஒரு மிடறில் குடிக்கிறேன்

எப்போதும் அற்று
எதுவும் நடக்காத
இந்தப் பெருவெளியில்
இப்போது என்ன செய்வது?

●

## உடல்வழிச் சாலை

சிறுவயதில் மற்றவர் வழிகாட்டலில்
மனத்தின் சந்துபொந்துகளில்
தொலைந்து காணாமல் போனேன்

இப்போது
வெகு நாட்களுக்குப்பின்
உடல் வழிச்சாலையின்
உள்ளே நுழைகிறேன்

சூழ்கிறது பேரமைதி
படிகங்கள் திறந்து பாரெங்கும் வெளிச்சம்
மின்னும் நத்தைகள் சிறகு முளைத்து
முன்னும் பின்னும் பறந்து போகின்றன

பூமியின் மேல்தோல் உரிந்து
புதுத்தோல் வளர்கிறது
பெரும் மழை பெய்யத் தொடங்குகிறது

புதிய மரங்கள் செடிகொடிகள்
புத்தம்புது மிருகங்கள்
புதிய மனிதர்கள்
புதிதான ஜீவன்கள்
தோற்றம் கொள்கின்றன

வானத்தின் வாய்திறந்து
பெருகி வருகிறது புதிய கானம்
பெரும்பாழின் ஆழத்தில்
யாரும் கண்டிராமல்
பல யுகங்களாய்க் காத்திருந்த சிலைகள்
உயிர் பெற்று எழுந்து
இக்கணத்தில்
நடனம் ஆடத் தொடங்குகின்றன.

●

## அவனுடைய கணம்

புலப்பட்ட பின்புதான்
கதைகள் தொடங்குகின்றன

நதிகள் இல்லாமல்
ஏது நீர்வீழ்ச்சிகள்?

புலிகளும் மான்களும்
உலவும் கானகத்தின்
இருட்குகைகளில்
தவம் புரிந்த அவன்
இப்போது பூமியெங்கும்
பயமேதுமின்றி நடந்து செல்கிறான்

காற்று வீசும் இடங்கள்
வீசாத இடங்கள்
என்ற பாகுபாடுகள்
ஏதும் இன்றி அவன்
எங்கும் சுற்றித் திரிகிறான்

எப்போதும்
துவங்கிக்கொண்டே இருக்கிறது
அவனுடைய கணம்

●

## பர சுகம்

இது நியாயமில்லை
யார் கொடுத்த தண்டனை இது

மீன் வரும்வரைக்கும்
வாடியிருக்கும் கொக்கு
தலையில் வெண்ணெய் – மேலும்
பால் போன்ற வெண்மை

திரைகடலோடி திரவியம்
குனித்த புருவம்
யார் அறிவார்
பகலுக்கென்ன போச்சு
அப்பாலும் இப்பாலும்
ஒப்பாரும் மிக்காரும்
கொள்வாருமிலை கொடுப்பாருமிலை
மாதோ
அர்த்தமற்ற அசை

திரை விலகியதும்தான் தரிசனம் — அதுவரை
திரைச்சீலையில் வரைந்த ஓவியங்கள்
கண்ணுக்குக் காட்சி
குரல் கேட்ட வலியில்
நெக்குருகி நெஞ்சுக்குக்
காத்திருத்தல்தானோ என்றும்
கனவதுவாய் வழியறியாக் காதலுடன்
பொய் புனையும் காலம்

நிழலாடி ஆடி
விழி மூடி மூடி
புனல் தேடித் தேடி
சிறகசைத்துக் கண் திறக்கும்
கண நேரம் லயிக்கும்
போதை லயம்
இது பர சுகம்

●

## ஒளி வரும்வரை

பாடம்தான்
பயிற்றுவித்தல்தான்
எண்குணமும் பகிர்ந்தலையும்
பாதரசத்துளிகளின் கனமும்கூட

எள்ளல் கேலி உசாவல்
மறைந்திருக்கும் வாசல்
போகும்போதும் வரும்போதும்
தேனாய் இனிக்கிறது

விரைதல் காண்கிலாதான்
மற்றும் படர்க்கை விடுத்துப்
பார்க்கும் கண்களில் இழைகிறது
வேதனை தரும் சுகம் தாண்டிய ஓலம்

நீலக்கடல் பரப்பும் உற்சாகம்
உள்வெளியில் நிறைகிறது
மறந்துபோன உலகம்
தூரத்தில் வெடித்துத் தெறிக்கிறது

சில நாள்
சில நேரம்
சில கணங்கள்
மின்னல் வெட்டுப் பார்வைத் தோற்றம்
வசப்படுதலின் அகங்காரம்
கதவு திடீரென்று
அறைந்து மூடிய சத்தம் தலைக்குள்
அதிர்ந்து அடங்குகிறது

யார் கேட்டது காற்றின் அசைவை?
உடலில் தலையும்
தலையில் முகமும்
முகத்தில் கண்ணும்
கண்ணில் ஒளியும்

மிதக்கும் தெப்பத்தில் கடவுளின் உருவம்
கயிறு கட்டிய தெப்பம் நீரில் அலைகிறது
கோயில் திருவிழா
இனி தெப்பம் அடுத்த வருடம்தான்

கோயில் தூண்களில் சேரும் உடல்கள்
காலத்தின் வாசனை கோயிலுக்குள் மணக்கிறது
கற்பூரம்போல்

உடைக்குள் நிர்வாணம்
அதற்குள்?
யார் சொன்னது அது இதுவென?

உன் மோனத்தவம் உருவாக்கி அழிக்கிறது
நான் சிரிக்கிறேன்
காமத்திலும் மெல்லியது எது?
மதியாதார் தலைவாசல்
மீண்டும் பரவசம் திகைப்பு
பதில்தானோவென

ஒற்றைக்கோடு வளைந்து நெளிந்து
உலகைச் சுற்றி வளைக்கிறது
மீண்டும் ஆரம்பம்
எப்போதும்

ஒருபுறம் பாறாங்கல்லையும்
மறுபுறம் வைரக்கல்லையும் நிறுத்து
இரண்டும் ஒன்று
என்கிறது தராசு

இனி
சில்லறைத் தேவதைகளின் அட்டகாசம்
ஒளி வரும்வரை.

## அதுவும் இதுவும்

அதற்கும் இதற்கும் இடையில்
ஒரே ஒரு கணம்தான் இருக்கிறது

அதையும் இதையும்
அந்த ஒரு கணம்தான் பிரிக்கிறது

இந்தப் பிரபஞ்சம் அழியும்போது
அந்தக் கணத்தின் வழியாக
அந்தப் பிரபஞ்சத்தை
அடைந்துவிடலாம்

சொல்லப்போனால் இப்போது
அந்த ஒரு கணத்தில்தான்
பிரபஞ்சம் முழுவதும்
அடங்கி இருக்கிறது

பிரபஞ்சம் மறைந்த பின்னாலும்
அந்தக் கணம் எல்லையற்று நிற்கிறது

இந்தக் கணம்தான்
அந்தக் கணம்

●

## முதல் முத்தம்

சிறு கவளத்தில் பொதிந்திருக்கிறது
இன்னும் சுவை பிறக்காத
நாக்குகளின் நுனிகள்

மஞ்சள் செடிகள்
தோன்றிய காலத்தில்
பிறந்தவை செம்புற்கள்

காய் கனியாகும் வழியில்
மூன்றாவது கல்லின் தொடக்கத்தில்
முளைத்தெழுந்தது
கேட்டுப் பெற்ற
முதல் வரம்

தரைக்கு மேலே
தடமின்றிச் சுழலத் தொடங்கிய
வண்டிச் சக்கரங்கள்
வேறொரு தூரத்தை
அளந்துகொண்டிருந்தன

தண்ணீரிலிருந்து விலங்குகள்
எழுந்த நாளில்
தோன்றியது முதல் முத்தம்

●

## புற்களும் மரங்களும்

நிமிர்ந்து நிற்கும் மரங்களைத்தான்
நான் கணக்கில் கொள்வேன் என்றால்
ஓரமாய் வளைந்து நிற்கும் புற்களை
யார் அணைத்துக் கொள்வது

பகலை மட்டும்தான் நான்
எடுத்துக் கொள்வேன் என்றால்
இரவின் முடிவற்ற வெளியை
நான் எப்படி உட்கொள்வது

மேகங்களும் மீன்களும்தான்
வேர்களின் தொடக்கம் என்றால்
யாளிகள் வளர்ந்த காலத்தை
யார் கணக்கில் கொள்வது

முதல் சொல் பிறந்த கணத்தில்
நிகழ்ந்தது இந்த மாயம்

குழந்தை சொன்னது
முதல் மரம்
நான் சொன்னது
முதல் கதவு

## மன்றத்தில் ஒரு கால்

மன்றத்தில்தான் வருவேன் என்று
நீ சொன்ன வாக்கை மறந்து
குவலயம் எங்கும் தேடியலைந்து
நீர் குடிக்கப் பொய்கை அடைந்து
குகை தேடும் படலத்தின் முடிவில்
கிடைத்தது
பசும்பொன் கடந்த கானம்

எஞ்சிய சொற்களை
ஒன்று திரட்டி
ஒற்றைக் கூந்தலில்
மாலை தொடுத்து
நடன மங்கைக்கு அணிவித்து
பதிலாகக் கால் சலங்கையின்
நாதத்தை மட்டும்
கேட்டுப் பெறும் வைபவம்
நிறைவேறும் தருணத்தில்
மன்றம் நிறைத்துப் பொழிந்த
மழையின் அருளால்
குளிர்ந்தது மேனி

தவத்திற்கு
ஒற்றைக் கால் போதுமெனில்
இன்னொரு காலை என்ன செய்ய

●

## என் வீடு

வெய்யில் மழை இல்லாத
பகல் இரவு அற்ற
உள்ளும் வெளியும் கடந்த
அந்த இடத்தில்தான்
இருக்கிறது என் வீடு

ஆனால் ஒரு விஷயம்
என் வீடும் நானும்
ஒன்றுதான்

அதனால் நான் என் வீட்டினுள்
நுழைவதும் இல்லை
வெளியேறுவதும் இல்லை

அங்கும் இங்கும் இல்லாத
அந்த இடத்தில்
நான் நகர்வது கூட இல்லை

காலையும் மாலையும் காட்டும்
சூரியன் எழுவதும் விழுவதும்
என் ஆழ்வெளியில்தான்

பாத்தி கட்டிப் பயிர் செய்வதும்
காலத்தில் அறுவடை முடிப்பதும்
இலை உதிர்வதும்
மீண்டும் துளிர்ப்பதும்
வட்டத்துக்குள் இருக்கும்
உலகத்தினுள்ளேதான்

நானாக இருக்கும்
என் வீடும்
என் வீடாக இருக்கும்
பாழ்வெளியும்
எப்போதும் இப்போதாக
இருக்கும் அந்த
மொழி கடந்த வானில்
மௌனம் காக்கிறோம்

●

## முதல் மழைத்துளி

கண்கள் திறக்கும் கணத்தில்
கைகள் நீண்டன
படகு ஓட்டி வந்தவன் கரையடைந்து
துடுப்பைக் கீழே போட்ட பின்
மயில்கள் ஆடும் வனத்தினுள் நுழைந்தான்

கார்முகில் காத்திருக்கும் வேளை
இதுதானோவென அதிசயித்தான்
கோயில் கோபுரத்தின்
இரண்டாயிரத்தைந்நூறு சிற்பங்களில்
ஒன்றை மட்டும் காட்டி
இதோ பார் அதிசயத்தை என்று
காட்டிவிட்டுக்
கைகட்டி நின்றான்

முட்களையெல்லாம் கவனமாகப்
பிடுங்கியெறிந்தபின்
மலர்களை மெல்ல நீட்டினான்
மலரிதழ்மீது விழுந்தது முதல் மழைத்துளி.

•

## குழலோசை

ஆற்று மணலில் அந்தி நேரம் அமர்ந்து
தனிமையில் போட்ட கோலங்கள்
அடித்துச் சென்ற வெள்ளத்தில் அழிந்ததும்
மறந்து போனதெல்லாம் மீண்டும் நினைவுக்கு வந்தது

புண்ணியம் தேடிப் புறப்பட்ட காலங்களில்
கடல் கடந்து போன மரக்கலங்கள்
ஆளில்லாத தீவுகளின் கரைகளில் வந்து சேர்ந்து
கலங்கரை விளக்கத்துக்காகக் காத்துக்கொண்டிருக்கின்றன

அப்போதும் இப்போதும் இல்லாத கணங்களில்
தனிமையில் உலவிக்கொண்டிருக்கும் பேரழகி
மையல் தோய்ந்த மனவெளிப் படலத்தில்
மூழ்கி மூழ்கிப் பின் எழுந்துகொண்டிருக்கிறாள்

பொய்யும் மெய்யும் மயங்கித் தெரியும்
பொல்லாப் பொழுதின் சொல்லொணா அழகும்
விடியாத காலையின் முடியாத கானமும்
தணியாத தாகத்தில் தழுவாமல் தழுவும்

மாலை நதிக்கரையில் சந்திக்கும் கணத்தில்
காத்திருந்த காலங்கள் கணக்கின்றிப் போகும்
வான்வெளியின் தாரகைகள் மேகங்கள் எல்லாம்
ஊன் மறக்கும் நேரத்தின் சாட்சியாய் நிற்கும்

தான் பார்த்துத் தான் கேட்டுத் தான் வரைந்த ஓவியத்தில்
மான் கூட்டம் ஓடி வர மாமயில்கள் அசைந்து வர
காதல் கனிந்துவரும் காலம் இங்கு சேர்ந்து வர
ஊர்கூடி ஒலியிசைக்க ஒயிலிடையாள் நடந்து வர

பார் கடந்த பார்வை அங்கு பால்வெளியைக் கடந்துவர
கார்குழலி தேனிசைக்க வானமுதம் ஊற்றெடுக்க
பகலிரவு கடந்த அந்தப் பாழ்வெளியில் நிறைந்திருக்கும்
மௌனமதில் மிதந்து வரும் குழலோசை பயில்வோமா?

●

# இங்கே

இங்கே மட்டும்தான்
இருக்கிறது

எப்போதும் இப்போதாகவே இருக்கும் இங்கே
இங்கே மட்டும்தான் இருக்கிறது.

மலைகள் வளர்ந்துயர்ந்து
இருந்து கரைந்து போவதும்
பனிப்பாறைகள் கரைந்து
நதிகளாய் ஓடிக் கடலில் சேர்ந்து
வரண்டு போவதும்
இங்கேதான் நடந்துகொண்டிருக்கிறது.

நீயும் நானும் பிறந்து இருந்து
மறைந்து போவதும்
இங்கேதான் நடந்துகொண்டிருக்கிறது.

எல்லாம் உருவாகி மாற்றம் கொண்டு
பின் மறைந்து போவதும் இங்கேதான்.

எப்போதும் இப்போதாக
இருக்கும் இங்கே
இங்கே மட்டும்
இருந்துகொண்டிருக்கிறது.

•

## மகரந்தத்தின் வாசனை

முதல் நாள்
பாதை மாறிய நேர்ப்பாதையில் போனபின்
தவளைகளின் மொழி புரிந்து
மின்மினிகளின் பாடல் கேட்டு
அசைவற்று நின்ற பெரும்பாறையிடம்
வீசிச் செல்லும் பெருங்காற்று
மலையுச்சியின் செய்தியைச்
சொல்லிச் சென்றது

மீன் பிடிக்கும் வலையில்
ஒளி பிடிக்க முயன்ற பேதைமை புரிந்து
கடற்கரையில் இருந்து விழித்துக் கொண்டவன்
இப்போது மறந்துபோக முடியாத பாடல் ஒன்றைத்
தேடிக்கொண்டிருக்கிறான்

தூரத்தில் வருகிறது
வரிகளற்ற பாடல்
மகரந்தத்தின் வாசனையோடு

●

## இன்னுமோர் இடம்

இன்னுமோர் இடம்
இருக்கிறது
அங்கே என் வீடு

பகலும் இரவும் அங்கே
பாழ்வெளிப் பின்னணியில்
மின்னும் வைரமென
பளிச்சிட்டுக் கண்சிமிட்டும்

வேறு இலக்கணங்கள்
வழிநடத்தும் அவ்விடத்தை
பாழ்வெளியிலிருந்து காலம்
சாளரங்களின் வழியே
வீட்டினுள் தொடர்ந்து கசியும்

காலம் சேர்த்துவைத்த கனவுகள்
துயரமாய்த் தேங்க
மறுபுறச் சாளரத்தைத்
திறந்து வைத்தேன்
காற்றில் கரைந்தது காலம்

இன்னும் காலம் ஒருபுறம்
உள்ளே நுழைந்துகொண்டுதான்
இருக்கிறது கூடவே
மறுபுறம் தங்காமல் வெளிச்செல்கிறது
குழல் புகுந்து வெளியேறும் கானமென
காலம் இப்போது என் வீட்டினுள்
புகுந்து வெளியேறிக்கொண்டு
இருக்கிறது

நான் என் வீடாகவும்
பளிச்சிட்டு மின்னும் வைரமாகவும்
பகலிரவு கடந்த பாழ்வெளியாகவும்
இருக்கிறேன்

எப்போதாவது
நானாகவும் கூட.

# பெருவெள்ளம்

பெருவெள்ளத்தில் மிதக்கின்றனர்
எல்லோரும்

கருவாகி உருவாகி
அலையாகிச் சிலையாகி
புனலாகிக் கனலாகி
ஒளியாக ஓசையாய்
இருப்பது எல்லாமாகி
உருவிடுத்து உயிர் விழித்து
உள்ளதாய் இல்லாததாய்
ஒன்றென நின்று இருந்து
அதுவும் இல்லாமல் ஆகி
இல்லாததும் இல்லாமல் போய்
பொல்லாத மனம் கடந்து
சொல்லாத நிலை அடைந்து
சொல்வதற்கு யாரும்
இல்லாத இடம் தன்னில்
ஒற்றை மலர் ஒளிவீசும்
அற்புத வெளி விரியும்
பொற்பதக் காட்சியில்
அதுவாக நான் இருக்கிறேன்

அல்லது
நானாக நிற்கும் அது
தேனாக உள்ளது.

●

## தூரத்து மலைகள்

தூரத்து மலைகள்
மாலை ஒளியில் மயங்குகின்றன

அருகில் இந்த வேப்பமரம்
என் உடல் மீதும்
வீசிச் செல்லும் காற்றில்
மெல்ல அசைந்து
சில மஞ்சள் இலைகளை
உதிர்க்கிறது

நான் உன்னைப் பார்த்துக்கொண்டு
இருக்கிறேன்
இப்போதும் எப்போதும்
என்னைப் பார்த்துக்கொண்டு
இருப்பது யார்?

பனிமலை உருகி
ஆறாய் ஓடி
கடல் சேரும் நாளில்
நான் உன்னிடம் வருவேன்
என்கிறாய்

அதுவரை
மலைகள் என்னைப் பார்ப்பதை
நான் பார்ப்பதை
நீ பார்ப்பது
நிகழ்ந்து கொண்டிருக்கிறது

# செம்மாபுரி

வீடு கட்டி முடித்தாகிவிட்டது
மாடுகள் வீடடைந்துவிட்டன
சொத்து பத்து கணக்குப் பார்த்தாகிவிட்டது
உறவினர்களுக்குச் சேர வேண்டியதெல்லாம்
செய்து முடித்தாகிவிட்டது

ஊரெல்லையில் புதிதாக
ஒரு மலை வளர்ந்து வருவதாகச்
சொல்கிறார்கள்
அங்கு யாரோ எனக்காகக்
காத்திருக்கிறார்கள் என்று
செய்தி வந்திருக்கிறது

மாலைச் சூரியன்
மலைவாயில் விழுவதற்குள்
கூடிக் குலவிப்
பாடிப் பரவி
ஆடிக் களித்து
அகிலமெல்லாம் அலைந்து
தேடித் திரிந்த காலங்கள் கூடி
வாடி நின்ற வேளைகள் முடிந்து
அவனும் அவளும் அறிந்துகொண்ட நேரம்
பரவசம் அதிரும் பால்வண்ணக் கோலம்
உலகம் அளந்து
உடல் மறந்து
உள்ளம் விடுத்து
உயிருக்குள் உயிராய்
ஊடுருவிச் சென்று

பகலும் இரவும் பாழ்வெளியும் கூட்டிக்
கைகளில் ஏந்திப்
பழம்போல் தின்று
அகலாத நெஞ்சத்தின் அதிசயம் அறிந்துகொண்டு
புகலற்ற புகலாய் விரியும்
செம்மாபுரி சேர்ந்து
அம்மா அழகே
அறிவின் ஒளியே
பருகும் பாலின் பல்சுவை கண்டு
உருகும் உயிரின் உள்ளே நுழைந்து
உள்ளும் வெளியும் கடந்த
அழகிய பாழின் அமுதம் உண்டு
பழகும் பழகாப் பழம் கண்டு பறித்து
தோட்டத்தில் நட்டு மரம் வளர்த்த வேளை
மின்னலொன்று தெறித்தது

முன்னையும் பின்னையும்
முடிவுக்கு வந்தது

கதை முடிந்து
கதை தொடர்ந்தது.

•

## அந்தப் புள்ளி

புள்ளியிலிருந்துதான்
எல்லாம் வந்திருக்கிறது

பூச்சிகளும் பறவைகளும்
மரங்களும் விலங்குகளும்
மனிதர்களும் கடவுளரும்

ஆமாம்களும் இல்லைகளும்
உன்களும் என்களும்
சிலக்களும் பலக்களும்
உள்களும் வெளிகளும்
நாங்களும் நீங்களும்
அவள்களும் அவன்களும்
அவைகளும் இவைகளும்

புல்வெளியெங்கும்
பிரபஞ்ச நடனம்
புள்ளிவெளியில்
புறப்படும் கானம்

சீறிப் பாயும் செங்கதிர்வீச்சில்
காமக் கடலில் கரைபுரண்டோடி
உன்னதம் கண்டு
உயிர்திரண்டெழுந்து
உள்ளொளி அடைந்து உண்மை அறிந்து
உள்ளதனைத்தும் புள்ளியில் நுழைந்து
காணாமல் போகும்
கதை இங்கு நடக்கிறது

நெஞ்சம் நிறைந்து நெக்குருகிப்போய்
புள்ளியில் ஈரம் பெருக்கெடுத்தோடி
புள்ளிப் பெருங்குளம் புவனமாய் விரிய
ஊற்றுநீர் பெருகி உள்வெளி நிறைய

வற்றாது தொடர்ந்து
ஊற்றிலிருந்து நீர்
வந்துகொண்டே இருக்கிறது

•

## திரிபுரப் பயணம்

திரிபுரத்தின் பின்வாசல் வழியாக
உள்ளே நுழைந்ததும்
மின்னணுக்கள் தம்மை மறந்து
கோலம் வரைந்துகொண்டிருந்த
நேரம் பார்த்து
இரவறியாமல் பகல் பிறந்தது

முன்னிரவு செய்தது
பின்னிரவு விளைந்தது
என்பதை அறியாமல்
பகல் கடந்தது

மரங்கள் அடர்ந்த
மாபெரும் கானகத்தில்
மனவெளியாய் விரிந்தது
மணற்படுகை

கரைகள் காணாமல் போனபோது
காற்றுப் புக முடியாத
கணத்தினுள்
நுழைந்தன கண்கள்

அவிழத்தொடங்கியது ஆலமரம்
இலைகள் கிளைகள் விழுதுகள்
தண்டு வேர்கள்
காற்றோடு கழன்றுபோயின

மரம் இருந்த இடம்
திசைகள் இடம் மாறிக்
காலக்கோடுகள் சந்திக்கும்
கருவெளியாய் விரிந்தது

காடு திருத்தி வீடு கட்டி
முடித்தாகிவிட்டது
மேயப்போன ஆடுமாடுகள்
வீடு திரும்பிக்
கொட்டிலில் அடைந்தன

மீதம் இருக்கும் கதிர்களெல்லாம்
வருவது நோக்கி வழிபார்த்திருந்து
மீண்டும் மீண்டும் மீளவும் அறியாமல்
வந்துபோகும் வழிமறந்திட

வேண்டும் வரங்கள்
வேண்டியபடியே
கிடைத்திட வேண்டி
அலைந்து தவமிருந்தபின்

பாதைகள்மறையும்
பக்குவம் அடைந்து
கண்விழி திறந்து
காட்சி விரிந்து

புன்னகை தவழும்
புதுமதி முகத்தில்
உள்ளொளி பரவி
பள்ளங்கள் மேடுகள்
பால்வெளி ஓடைகள்
உள்ளம் நிறைக்கும்
உன்னத ஊற்றுகள்
காற்றின் கானம்
காதம் கடந்து
புற்கள் மரங்கள்
மேகங்கள் வானம்
பார் கடந்து நிற்கும்
பாழ்வெளி எங்கும்
பயின்ற பாடல்கள்
பலப்பல கேட்டு
உள்ளே உள்ளே
உள்ளுக்குள் உள்ளே
உன்னத வெளியில்
ஊடுருவி நிலைக்கும்.

●

## யாரும் கேட்காத கானம்

பாலை எல்லாம்
சோலையாகும் கணத்திற்காக
பூக்கள் காத்திருக்கின்றன

மீதமுள்ள நேரம் கழிவதைக்
கடிகாரம் காலம் தவறாமல்
கணக்கு வைக்கிறது

மூங்கில் காடுகளில்
காற்று புகுந்து
குழல் இசைக்கிறது

பசும்புல்லும் பனிவெளியும்
தத்தம் கணங்களில்
ஆழ்ந்து சுவாசிக்கின்றன

போகும் வேகத்தில்
ஆறு மோதிக்
கடலைப் பின் தள்ளுகிறது

கிளிஞ்சல்களுக்குள் நண்டுகள்
யாருக்கும் தெரியாமல்
ரகசியங்களை மறைத்து வைக்கின்றன

காலையும் மாலையும்
கண்வழிச் சாலையில்
காத்துக்கிடக்கின்றன

மாறிவரும் காட்சிகளின் பின்
மாறாமல் விரியும் மனவெளியில்
யாரும் கேட்காத கானம்
எங்கெங்கும் நிறைகிறது

•

## நானின் கதை

நான் கீழே தரையில் கிடக்கிறது
நான் தெருவோரமாக நடக்கிறாள்
நான் அவசரமாக எங்கோ ஓடுகிறான்
நான் மிகவும் சோகமாக இருக்கிறாய்
நான் எப்போதும்
ஏதோ ஒரு வேலையாக இருக்கிறேன்

நானும் நீயும்
அவனும் அவளும்
அதுவும் இதுவும்
உடையாத ஒற்றைப்படலமாய்
இருந்துகொண்டிருக்கிறேன்.

# தாலாட்டு

மலரிதழ்கள் சந்தித்துப் பிரியும்
மையக் கருவறையில்
முதல் முறை நுழைந்தபோது
உன்னை நான் கண்டேன்

மரத்தின் பின்புறம் ஒளிந்திருந்தாய்
உன் மெல்லிய கானம்
மட்டும் கேட்டது
அது ஒரு தாலாட்டு

இங்கு தூங்கிப் போய்
அங்கு விழித்துக்கொண்டேன்
அங்கும் நீ இருந்தாய்
பரிசுத்தம் என்பதை அறிந்துகொண்டேன்
பால்மணம் என்பதையும்

நீ சூடியிருந்த மலரின் வாசம்
எனக்குப் பழக்கப்படாததாக இருந்தது
உன் மொழியும்கூட

மெல்ல உன் மொழியைப்
பயின்று வருகிறேன்

அந்த வாசலை அடைந்து
ஒருபுறம் நானும்
மறுபுறம் நீயும்
நின்று
சந்திக்கும் அந்த நாளுக்காகக்
காத்திருக்கிறேன்

அதுவரை
உன் தாலாட்டுதான்
எனக்குத் துணை

# அளவில்லாத மலர்

# வேகம்

பூமியைப் பிளந்து
வெடித்துச் சீறி
வான் நோக்கிப் பாய்கிறது
தென்னை மரம்

உச்சியில் நாற்புறமும்
மட்டையும் ஓலையுமாய்
பீய்ச்சி அடிக்கிறது

சொட்டுச் சொட்டாய்
துளிர்த்து உடன்
வளர்கின்றன
தேங்காய்க் குலைகள்

மலைகளும் மடுக்களும்
கண்ணெதிரே உருவாகும்
கதி மாறிய உலகில்
உள்ளே சுற்றுமுற்றும்
பார்த்து வியந்து நிற்கிறேன்

என்னை மட்டும்
காணவில்லை

●

## உன்னை என்னை

விலங்குகள் தாவரங்களை உண்பதுபோல்
சில தாவரங்கள்
விலங்குகளை உண்பதுபோல்
என்னை நீயும்
சிலபோது உன்னை நானும்
உண்கிறோம்

என்னை நீ உண்டு முடிக்கும்போது
நானும் உன்னை
உண்டு முடித்திருப்பேன்

என் வயிற்றில் நீயும்
உன் வயிற்றில் நானும்
இருப்போம் அப்போது

ஒருவரா
இல்லை இருவரா
என்ற விவாதம்
வனமெங்கும் இப்போது

●

## தரை

தரைகள் வெவ்வேறானவை

காற்றில் நீரில்
மண்ணில் மனத்தில்
தரைகள் உண்டு

நீ மிதக்கும் இடத்தில்
நான் மூழ்குகிறேன்
என் தரையில்
நான் நிலைக்கிறேன்

தரைகள் எல்லாம்
ஒருநாள் கரைய
அனைவரும் மூழ்கி
தரையடைந்தபோது
தன்மேல் நிலைத்தது
தரை

●

## வானத்தின் அணைப்பு

தூரத்து மலைகள்
அருகில் நெருங்கும்போது
பக்கத்து மரங்கள்
விலகி வழிவிடுகின்றன

பெருமிதம் கொள்கின்றன
மலைகள்

ஒருநாள்
வானம் வந்து
சூழ்ந்தணைத்துக்கொண்டபோது
மரங்களும் மலைகளும்
வெட்கிப்போய்
ஓரம் புகுந்தன

வானம் அவற்றைக் கூப்பிட்டு
சேர்த்தணைத்துக்கொண்டது

வானத்தின் அணைப்பில்
சற்றும் வலிக்காமல்
மலைகளும் மரங்களும்
மிதந்துகொண்டிருக்கின்றன

●

## தலையின் கதை

சிற்றோடை நீரில்
ஒரு கால் குளிர
புதிய புற்களின்மேல்
மறு கால் பதிய
நின்றிருக்கும்போதும்
பல சமயம்
தலைமட்டும் தனியே
கழற்றிக்கொண்டு
காற்றில் அலைகிறது

சிலநேரம் மேகங்களின்
நிழலான வெளிச்சத்தைக் கடந்து
பகலிரவற்ற பாழ்வெளியில்
கண்மூடி லயித்து
தலை மெதுவே நகர்கிறது

கண் திறக்கையில் தலைமேல்
பகலிரவுப் பாதிகள்
தெரிந்த அதிசயத்தில்
தலை மெல்ல
மெல்லக் கரைகிறது
கூடவே இரவும் பகலும்

தலைகூட இல்லாமல்
அந்தப் பெரும் பாழ்வெளி
சற்றும் அசையாமல் நகர்வது
எப்பொழுதோ ஒரு கணத்தில்

கழுத்தின்மேல் எப்போதும்போல்
சிறு நரையுடன்
பழையதைப் போலவே
இருக்கும்
புதிய தலை

•

## அலறல்

மரத்தடியில் மனிதன்
மரத்தில் பாம்பு
மரத்துக்கு மேலே பறவை

கிளையிறங்கி வலது தோளில்
கொத்துகிறது பாம்பு
எழுகிறது பிறந்த குழந்தையின்
முதல் அலறல்

பறவை பாய்ந்திறங்கி அலகில்
அலறலைப் பற்றி விரைகிறது
இருண்ட மலைக்குகையில்
பெண்ணுருக்கொண்டு பாலூட்டித்
தாலாட்டி வளர்க்கிறது

தாலாட்டு அவன் காதுகளில் புகுந்து
நஞ்சு முறிகிறது

மலையேறி குகைபுகுந்து
அவன் வரும்போது
ஒளியென மௌனமாய் விரிந்திருக்கிறது
அலறல்
ஈரம் கசியும் கானமென
மிதந்துகொண்டிருக்கிறாள் பறவை

கூடிச் சேர்த்தணைத்து
குளிர்நீர்த் தடாகத்தில் இறங்கி மூழ்கி
மண்துகள்கள் கடந்து
மரத்தின் வேர்களில் புகுந்ததும்
மலர்களாய்ச் சொரிகிறது மரம்

சூழும் மணம் அறியாமல்
இரண்டாய்ப் பிளந்த ஒற்றை நாக்கை
நீட்டி மலைநோக்கிக் காத்திருக்கிறது
மடப் பாம்பு

●

## ஆதிமொழி

தண்ணீரில்தான்
எல்லா ரகசியங்களும்
பரிமாற்றம் கொள்கின்றன

முன்னெப்போதும் இல்லாத சாகசங்களில்
முனைந்து திரியும் பறவைகள்
ஆதிமொழியில் பேசிக்கொள்கின்றன

பல கற்றும் பல கேட்டும்
பறவையின் இறகொன்று
வேண்டுமென்று அலையும்போது
வழியில் கண்ட முதிர்கன்னிகள்
சேர்த்துவைத்திருந்த கதைகளில்
இளவரசியின் இரவுப் பொழுதுகள் பற்றி
வெளியில் பரவின வதந்திகள்

ஆற்றங்கரையில் அலைகள்
அற்றுப் போகும் காலம் வேண்டி
காத்திருந்த வேளையில்
காதங்கள் கடந்துவந்த
கானத்தில் பொதிந்து நின்றது
உனக்கும் எனக்கும்
மட்டுமேயான ரகசியம்

●

## அந்த நாள்

அந்த நாள்
எனக்கு நன்றாக
நினைவில் இருக்கிறது

அன்று என்ன
நடந்தது என்பதுதான்
ஞாபகமில்லை

●

## எனக்கான இடங்கள்

இப்போது
மலையேறி விளையாடுகிறேன்
கணக்குப் போடுகிறேன்
மாடிப்படி ஏறியிறங்குகிறேன்

சிறுவயதுக்குப் போய்
கனவுகள் காண்கிறேன்
கற்பனைகளில் சஞ்சரிக்கிறேன்

பிறப்பதற்கு முன்னால்
இருந்த இடத்துக்குப் போய்
தூங்குகிறேன்

நீண்டு விரியும் வெளியில்
யாருமற்றுக் கரைந்துபோகிறேன்

●

# எப்போதும்

மலைகளுக்கும் மரங்களுக்கும்
இடையில்
வீடுகள் பிறகு
நடமாடும் மனிதர்கள் பிறகு
விளக்குத் தூண்கள் பிறகு
சுழன்றாடும் காற்று பிறகு
அசையாத பெருங்காற்று

எப்போதும்
அசையாத பெருங்காற்று
பிறகு

●

## இடைவெளி

மரங்களில் இலைகள்
மலர்கள் கனிகள் தவிர
இடைவெளிகளும் தெரிகின்றன

அலைகளும் மீன்களும் தவிர
நிறைந்து நிற்கும் வானமும்
கடலின் பகுதியாய்

அலைகளின் இடைவேளைகள் நீண்டு
நாம் சந்திக்கும் தருணங்கள்
மேலும் விரிகின்றன

இடைவேளையில் மலரும்
மலர்களின் மணம்
விரியத் தொடங்குகிறது

●

# இடைவேளையில்

கண்களைத் திறந்து வைக்க
தரிசனமாகும் காட்சிகள்

எப்போதும் நடக்கும் நாடகம்
இடைவேளையில்
துயில்கொள்ளும்

மண்துகளிலும் மரங்களிலும்
ஒளிபாய்ந்து
பரவசம் கொள்ளும்

அனைத்தும் அந்தக் கணத்தில்
வந்திறங்கி நிலைக்கும்

சில புதிய புற்கள்
ஆங்காங்கே
மெல்லத் தலைநீட்டும்

மேலும் கீழும் பார்த்து
கணக்கிடத் தொடங்கும் நேரம்
முடியும்
நாடகத்தின் இடைவேளை

•

## இண்டு இடுக்குகள்

வரிசையாக அடுக்கிக் கிடக்கின்றன
கனசதுரங்கள்
வரிசையில்லாமல் கோளங்கள்
கூம்புகள்

இண்டு இடுக்குகளில்
நான் வாழ்கிறேன்
யாரும் காணாதபோது
சந்தோஷமாகச் சறுக்கியும்
யார் கண்ணும் படாமல்
ஏறி இறங்கியும்

காற்றும் என்னோடு அங்கே
புகுந்து விளையாடுகிறது

வெளிச்சத்தில் நிழல்கள்
தெளிவுடன் தெரிகின்றன

காற்றோடு எப்போதாவது
என்னவென்று தெரியாத
ஒரு வாசனை

ஆனந்த்

சிலபோது
ஒரு நீளமான தலைமுடி
பழுத்துப்போன
புளிய இலைகள் ஓரிரண்டு

பெரிய கனசதுரத்துக்கும்
சிறிய கோளத்துக்கும் கீழே
மூன்று பௌர்ணமிக்கு ஒருமுறை
நட்சத்திரங்கள் சில
கடந்துபோகின்றன

என்றோ ஒருநாள்
சூரியனாய்த் தகிக்கப் போகும்
சுழலும் வாயுமண்டலம் ஒன்று
தைமாதங்களில் மிதந்து கடக்கிறது

குலுங்கும் சிரிப்புடன்
யுகத்துக்கு ஒருமுறை
வந்துபோகிறது
அந்தப் பாடல்

●

## இருளுக்குள் விழும் நிழல்

தூரத்துச் சூரியனின் ஒளி
நீர் ஊடும் நீரெனப் புகுந்து
என் மேல் படிகிறது

ஆழத்துத் தாவரங்களின் நிழல்
என் மேல் ஆடித் தடவுகிறது

சூரியன் மறுபக்கம் சுழன்றபின்
தம் நிழல் விழாதெனெ நினைத்து
தாவரங்கள் ரகசியங்களை
தமக்குள் பகிர்ந்துகொள்கின்றன
இருளுக்குள் விழும் நிழலை
நான் அறிவேன் என்றுணராமல்

என் மௌனத்தை
தன் சப்தமென நினைத்து
மெல்ல ஆடி
அசைந்துகொண்டிருக்கும் கடல்
என்னுள் புக முடியாமல்
எனக்கு வெளியே இருக்கிறது

என் தோல்
என்னாலும் கடலாலும் ஆனது
ஆமைகள் பல காலமும்
சிறுமீன்கள் சில காலமும்
ஒரே ஆயுளோடு இருக்கின்றன என்னுள்

•

## இதெல்லாம் இங்கு

இதெல்லாம் இங்கு
இப்படி இருக்கிறது

புற்கள் மண்ணில்
மேகங்கள் வானில்
எண்ணங்கள் மனத்தில்

மண்ணின் வேரும்
வானம் மிதக்கும் வெளியும்
நான் வசிக்கும் இடமும்
தேடிப் போனதில் கிடைத்தது

என் வேரும்
நான் மிதக்கும் வெளியும்
நான் வசிக்கும் இடமும்

இதெல்லாமும் இப்படி
இங்குதான் இருக்கிறது

●

## காதல்

தோண்டத் தோண்ட
கடைசியில் கிடைத்தது
வானம்

வானம் திறந்து பொழிந்த
புதிய நீரூற்றுக்கள்
காதல் காதல் என்றன

காதல் கசியும் கண்களுடன்
அவள்
வருவோர் போவோரை
வெறித்துப் பார்த்தபடி
கணுக்கால் ஆழ
நீரோடையில் நிற்கிறாள்

மழை பெய்யத்
தொடங்கியபோதுதான்
அவளுக்குத் தெரிகிறது
அம்மணமாய் அழகாய்
தான் நிற்பது

•

# கைவிளக்கு

முன்னொரு காலத்தில்
நான் ஒரு கோட்டின்மேல்
நடந்துகொண்டிருந்தேன்

அப்போது என்கையில்
சிறு விளக்கொன்று

இருள்சூழ் உலகின் மையத்தில்
ஒரு சிறு ஒளிவட்டம்
கோட்டின்மேல்
மெல்ல நகர்ந்துகொண்டிருந்தது

ஒருநாள் இருளை
விழுங்க நினைத்து
முடியாமல்
ஒளியை விழுங்கினேன்

இப்போது
கோட்டின்மேல் நடப்பதை
விட்டுவிட்டேன்

எங்காவது பார்க்க
அல்லது போக நினைத்தால்
வயிற்றிலிருந்து ஒளிவட்டம் விரிகிறது

விரிந்த ஒளிவட்டத்தின் பரப்பினுள்
எல்லா இடத்திலும் இருக்கிறேன்

நேற்றே முகர்ந்த
நாளைய மலர்கள்
இன்றே மலர்கின்றன

●

## கண்களுக்குப் பின்னால்

மேலும்
அவனும் தன்னைத்
தொலைத்துவிட்டான்

விளக்குகளுக்கும்
வால்முளைக்கத்
தொடங்கிவிட்டது

வண்ணத்துப் பூச்சிகளின் நிறங்கள்
சூரிய வெளிச்சத்தில்
கலந்துவிட்டன

வௌவால்களின் காதுகளுக்குக்
கேட்காத ஒலியதிர்வுகள்
இரவைத் தனக்குப்
பகலாக்கிக்கொண்டன
கடல் கன்னியரின் சாகசங்களில்
மேலும் தன்னை
இழக்க விரும்பாமல்
கடந்து செல்லும் கப்பலில்
தொற்றிக்கொண்டன
பல்லாயிரக்கணக்கான
கிளிஞ்சல் பூச்சிகள்

மிதவையில் கண்பதித்து
மீன் பிடிக்கும் கிழவனின்
கிழிந்த தொப்பியின்மேல்
ஒரு மழைத்துளி
விழுந்து தெறித்தது

வலையின் வழியே பாய்ந்து
வெளிப்பட்ட வெளிச்சக் கீற்றுகள்
முடிவற்ற பாதையில்
பயணம் தொடங்கின

●

## காத்திருக்கும் வேளை

மறுமலர்களுக்காகக்
காத்திருக்கும் வேளையில்
புற்களே துணையாய் நிற்கின்றன

வண்ணத்துப் பூச்சிகள்
பயன்படுத்தாமல் விடுத்த
வண்ணங்களில் இருந்து
என் கனவுகளைத் தேர்ந்தெடுக்கிறேன்

திரைகள் விலகிய பின்னும்
விக்கிரகங்கள்
உடையற்று நிற்கின்றன

நாம் சந்திக்கப்போகும்
இடமும் நேரமும் எப்போதோ
குறிக்கப்பட்டாகிவிட்டது

காய்ந்த புற்களுக்கிடையில்தான்
மறுமலர்கள்
மலரப் போகின்றன

●

## ஊர்வலம்

முன்பின்னாக
முளைத்து நின்ற செடிகள்
எதிர்பாராமல் அவன்
வந்ததைக் கண்டதும்
வரிசையில் நிற்கத் தொடங்கின

கன்னிகளிடம் மட்டும்தான்
கலை பயில்வேன்
என்ற அவன் சபதத்தை
அறியாத கொக்குகள்
மரமேறத் தொடங்கிய
மீன்களைப் பிடிக்க
கரையேறி வந்தன

அவன் கைபட்டு
மலர்ந்த மரங்களும்
கால்பட்டுப் பெண்ணுருவாய்
மாறி நின்ற கற்களும்
அவன் சென்ற திசையில்
ஊர்வலமாய்ப் போகின்றன
அவன்
அவர்களுக்குப் பின்னால்
தொடர்ந்து வருவதை
அறியாமல்

●

## மாடிப்படி

மாடிப்படியில்
ஏறிக் கொண்டும்
இறங்கிக் கொண்டும்
இருக்கிறார்கள் அனைவரும்

ஏறிக் கொண்டும்
இறங்கிக் கொண்டும்
இருக்கிறது மாடிப்படி

●

## மலைமுகடுகளுக்கு அப்பால்

அந்த மலைத் தொடர்களுக்கு
அப்பாலிருந்துதான் அந்த கீதம்
கேட்டதென்று சொன்னார்கள்

காதுகளைத் தீட்டி வைத்துக்கொள்ள வேண்டும்
என்றார்கள் சில முதியவர்கள்

மலைச் சிகரங்களில் கவியும்
பனிமூட்டத்தினால்தான்
அது இப்போது அடிக்கடி கேட்பதில்லை
என்றனர் சிலர்

இசைப்பது யாரென்பது பற்றி
விவாதங்கள் நடப்பது
வாடிக்கையாகிவிட்டது

வெண்தாடி கொண்ட முதியவரென்றும்
இல்லை ஒரு பெண்மணி என்றும்
மிக இளையவரான ஒருவர் எனவும்
அவ்வப்போது காதில் விழுகிறது

மலைமுகடுகள் தாண்டி
மேகங்களில் நுழைந்து
பரவும் கீதம் மட்டும்
இசைத்துக்கொண்டே இருக்கிறது

●

## மரங்கள் பேசும் ரகசியங்கள்

மரங்கள் பேசும் ரகசியங்கள்
பின்னிரவில் தெளிவாகக் கேட்கின்றன

தொடர்ந்து சில நாட்கள்
கேட்டதில் புரிந்தது
மனிதர்கள் இருப்பது
மரங்களுக்குத் தெரியவில்லை

அவற்றின் பேச்சில் ஊடாடும் விஷயங்களில்
தண்ணீர் வெய்யில் காற்று என
சிலதுமட்டும் புரிந்தது

மற்றபடி
புராதன மலைகளைப் பற்றியும்
நதிகளில் அடித்துக்கொண்டு வந்த
இலைகள் பற்றியும்
அவை பேசும் விஷயங்கள்
ஏதும் புரியவில்லை

விழுதுகள் மண்ணுக்குள் ஆழப் புதைந்த
சில ஆலமரங்கள் மட்டும்
முதல் விதை தோன்றிய மர்மத்தைப் பற்றி
எப்போதாவது பேசுகின்றன
அதுவும் இன்னும்
சரியாகப் புரிபடவில்லை

மரங்கள் இன்னும் தமக்குள்
தம் ரகசியங்களைப் பேசிக்கொண்டு
இருக்கின்றன

நான் கேட்டுக் கொண்டு
இருப்பது தெரியாமல்

●

# மழை

மழைக்குப் பயந்து
மலையிலிருந்து
இறங்கிவந்தன வானரங்கள்

இமைகள் இல்லாத
அந்த விழிகளைக் கண்டு
அஞ்சிய வானரங்கள்
மரங்களில் ஏறிக்கொண்டன

சிறிய விதைகளில் இருந்து
பெரிய மரங்கள்
விளைந்தது கண்டு
வட்டங்கள் எல்லாம் தம்மை
கட்டங்கள் ஆக்கிக் கொண்டன

எப்போதும்போல்
மழை
கீழிருந்து மேல்நோக்கித்தான்
பொழிந்துகொண்டிருக்கிறது

●

## மீன்கொத்தி

வானம் கீழிறங்கும்போதெல்லாம்
மேகங்கள் கலைந்துபோகின்றன

தரைதட்டிய பின்னும்
மேலே செல்ல
யத்தனிக்கிறது படகு

இழந்த இளமையை
மீண்டும் பெற
நெருப்பில் குதிக்கிறது
வயதுகூடும் பறவை

நேற்றும் நாளையும்
காணாமல் போன
சிறுவர் சிறுமியர்
இன்று இளைஞராய்
வீடு திரும்புகிறார்கள்

தண்ணீருக்கு மேல்
ஒரு மீன்கொத்தி மட்டும்
சற்றும் அசையாமல்
நிற்கிறது
அந்தரத்தில் பறந்தவண்ணம்

●

## மேகம் கறுத்தபின்

மேகம் கறுத்தபின்தான் வருவேன்
என்று சொல்கிறாய்
இது வேனிற்காலம்

நிலாக்கள் பல தேய்ந்து
வளரவேண்டும்

வீதிகள் சுற்றி
தேர் நிலைக்கு வரவேண்டும்

குளிர்காற்று வீசவேண்டும்
பனிமூட்டம் பரவவேண்டும்

பறவை குடித்து
நதி வற்றவேண்டும்

நீ சொல்லும்
அந்தக் காலம் வருவதற்கு

●

## மிதந்துகொண்டு

மிதந்துகொண்டு இருக்கிறது
புதுவயல்களுக்கு மேல்
அரை அடி உயரத்தில்
வளர்ந்துகொண்டிருக்கும் பறவை

சிறுகற்களுக்குள் ஒளிந்திருக்கும்
பல்லாயிரம் ரகசியங்கள்
ஆற்றொழுக்கில் தேய்ந்து கரைகின்றன

பாலைவன மூச்சுக் காற்றின்
குளிர்வனத்தில் காய்கின்றன
ஒட்டகத்தின் புதிய தலைமுறைகள்

பெண்மணம் கமழும்
சரிவுகளில் சறுக்கி விளையாடும்
நாகங்கள் புதர்க்களத்தில்
உறக்கம் கொள்கின்றன

விரிந்தெழும் சிறகுவெளியில் இருந்து
மிரண்டோடிப்போகும் புற்றீசல்கள் மட்டும்
பனிவெளியின் வெக்கையில்
சுருண்டு விழுகின்றன

•

## முத்துக்குள் சிப்பி

பிறகும்
அதன் பிறகும்
முத்துக்குள் சிப்பிகள்
தோன்றத் தொடங்கின

வேர்கள் வானிலிருந்து
இறங்கிவரும்
முந்தைய காலங்களில்
மலர்கள் கனிகளிலிருந்து
பூத்துக்கொண்டிருந்தன

பதில்களிலிருந்து தோன்றின
கேள்விகள்

போதும் போதும் என்று சலித்து
பகலில் உறங்கிப்போகும் வேளையில்
கனவில் மழையெனப்
பொழிந்த சொற்களில்
குளிர்கிறது நெஞ்சம்

•

## முகமும் முதுகும்

கண்ணாடியில் முகம் பார்த்து
தலைவாரி வெளியில் வந்தேன்
சாலையில் அவன் நடந்து செல்கிறான்

எந்த ஊரில் நான் போனாலும்
அவன் நடந்துகொண்டிருக்கிறான்
எப்போதும் மாலைக்கருக்கலில்
எனக்குச் சற்றுமுன்னே முதுகு காட்டி

நடை பாவனை கைவீச்சு
அனைத்திலும் ஒரு சாயல்
மனத்தில் ஒரு நெருடல்
புகையாய் ஒரு பரிச்சயம்

எட்டிப் போட்டால் என் நடையை
அவனும் அதுபோல் கைவீசி
அலைக்கழிக்கிறான்
முகத்தைக் காணவிடாமல்

ஒருநாள் தனியே கடலருகில்
இரைச்சலின் நடுவே மோனத்தில்
இருளில் வந்தான்
அருகில் அமர்ந்தான்

அவன்தான் அதுவென என்னுணர்வில்
காரணம் கூற முடியாமல்
உணர்ந்தேன் அவனை அவனென்று
மேகக் கூட்டம் மோதியந்த
இருளில் வெடித்த மின்னலில்
கண்டேன் அவனை அவன் முகத்தை

காலையில் மாலையில் கண்ணாடியில்
கண்ட முகத்தை அங்கு கண்டேன்

புகை விலகிய பரிச்சயம்
மின்னலைத் தொடர்ந்த இடி என்னுள்

அங்கங்கே அங்கங்கே அங்கே அங்கே
சிறு விரிசல்கள்
பின் பெரும் வெடிப்புகள் என்னுலகில்

உலகம் துண்டு துண்டாக
துண்டு துண்டு துண்டாக
சப்தமின்றி உடைந்து
துண்டுகள் பெருவெளியில் மெல்ல
மெல்ல மிதந்து காணாமல் போகின்றன

சில துண்டுகளில்
கொஞ்சம் வானமும்
கொஞ்சம் பூமியும் கடலும்

நான் மெதுவாகக் கரைந்து
கலந்து போகிறது

அகண்ட பெருவெளி மட்டும்
நிசப்தமாக
இப்போது இருக்கிறேன்

●

## கோரைப் பற்கள்

நான்கு கால்கள்
வளைந்த ஒரு வால்
நான்கு கோரைப் பற்கள்
எச்சில் வழிய
துடித்துத் தொங்கும்
நீண்ட நாக்கு
அனைத்தும் இருந்தது
பயத்துக்கு

●

## நானென்னில்

அறியாதிருப்பதை அறியாதிருந்தான்
கரும்புக்கும் இனிப்புக்கும் இடையில்
வந்து போகாது நிற்கும்
சுவையறிந்ததும்
மொட்டை மரம் நின்ற இடத்தில்
முளைத்தெழுந்தது மலையொன்று

அறியாதிருப்பதை அறிந்தான்
புற்கள் காய்ந்து
தொடுவான் வரைக்கும்
விரிந்தது வெட்டவெளி

நிலைமாறியது அறியாமல்
அறிந்திருப்பதை அறியாதிருந்தான்
கவிந்தன மேகங்கள்
சூழ்ந்தது இருள்

அறிந்திருப்பதை அறியாதிருப்பதை
அறிந்த கணம் சூல்கொண்டது
புதிய நட்சத்திரம்

அறிந்திருப்பதை அறிந்திருந்தான்
கோடு கடந்த வெளியில்
போய்
உதித்தது நட்சத்திரம்

இருந்தான்
பின்
இல்லாமல் இருந்தான்

●

## நத்தைகளின் பயணம்

எல்லாம் மாறிப் போகும்
கணத்துக்கு முன்னால்
கைகூப்ப மறுத்ததில்
ஒழுங்கு கலங்கியது

கட்டிடங்களின் சுவர்களும்
வாசல்களும் சாளரங்களும்
காணாமல் போகும்போது
மிஞ்சுவது கல்மரங்கள்

பித்தனும் சித்தனும்
குதிகாலைப் பிடித்திழுக்கும் வேளையில்
அடையாளம் காண முடியாமல்
அமைதி குலைந்தது

விரிந்தன இதழ்கள்
வீட்டுக்கு வெளியில் ஒரு காலும்
உள்ளே ஒரு காலும் வைத்து
மனம் திரிந்து போனது

மண்ணும் நீரும் சேர்ந்து
சேறாகக் கலந்து
நத்தைகள் புதிய பயணத்தைத்
தொடங்கின

●

## நீலத் திட்டு

மேகம் சிறிது கலைந்ததும்
முதலில் தெரிந்தது
சோகம் பொதிந்த பெண் முகம்
அடுத்ததாக ஒரு நீலத் திட்டு

வெகு நேரம் கழித்து
நீலம் கறுத்ததும்
இரண்டு நட்சத்திரங்கள்
பிறைநிலவின் ஒரு கொம்பு

கரும்திட்டு அருகில் வந்து விரிந்தது
நட்சத்திரங்களும் பிறைநிலவும்
கடந்து போயின

வெளி விரிந்து சுருங்கியது
நேரம் நீண்டு குறுகியது

இப்போது வந்தது
சோக மேகம் கடந்த
பெண்மையின் முகம்

வெளிவிரிந்து இதழ்கள் சிரித்தன
குலுங்கின மார்புகள்
குறுகி விரிந்த இடை அசைந்தது
பாதம் பதிந்து
மகிழ்ந்தது பூமி

பூமி வெடித்து மரம் கிளைத்தது
அரக்கனின் பற்கள் நீண்டு வளர்ந்தன
மின்னல்களின் பளிச்சொளி வரிசையில்
ஆணும் பெண்ணும் மாறிமாறிப் பிறந்தனர்

மூடிக்கொண்டது
நீலத் திட்டு

## ஒற்றைச் செய்தி

மரத்தடியில் மௌனச்சாமி
மௌனச்சாமி காலடியில்
வேலையற்ற ஐந்து பேர்

ஐந்து பேர் அண்ணாந்து பார்த்து
கிடைத்த செய்தி விரல் நுனியில்

ஐந்து பேர் ஐந்து கேள்விகள்
மழைநீர் மண்ணைக் கலக்கியதா
மண் மழைநீரைக் கலக்கியதா

வெளிச்சம் உள்ளங்கையைக் காட்டுகிறதா
உள்ளங்கை வெளிச்சத்தைக் காட்டுகிறதா

உள்ளால் வெளியா
வெளியால் உள்ளா

உன்னால் நானா
என்னால் நீயா

நான் உன்னைத் தொடுகிறேனா
நீ என்னைத் தொடுகிறாயா

விரல் நுனியில்
கசிந்துகொண்டே இருக்கிறது
ஒற்றைச் செய்தி
தொடுதொடு தொட்டுத் தொடுதொடு

●

## ஓட்டைப் பாத்திரம்

ஓட்டைக் கூரையிலிருந்து
சொட்டிக்கொண்டிருக்கின்றன
நாட்கள்

தரை ஈரமாகாமல்
பாத்திரம் ஒன்றை
வைத்துப் போனேன்

ஓட்டைப் பாத்திரம்
தரையெங்கும் ஈரம்

தவழ்ந்து வீடெங்கும் அலையும்
குழந்தையின் முழங்கால்கள்
இடம் பார்த்து நடக்கும் என் பாதங்கள்
எல்லாம் ஈரம்

தவழாமல் அலைந்து திரியும்
பெரியவரின் ஓட்டைக் கால்கள்
நடந்து
வீதியெங்கும் ஈரம்

●

## படுகை

பறக்கும் பறவையில்
பறக்காமல் இருப்பது
எது

ஓடும் ரயிலில்
ஓடாது நிற்கிறது
ஜன்னல்

எங்கும் போகாமல்
எங்கும் போய்க் கொண்டிருக்கிறது
சாலை

எப்போதும் போய்க் கொண்டே
எங்கேயும் போகாமல் இருக்கும்
நதி
எங்கும் போகாமல் இருக்கும்
படுகையின்மேல்
எப்போதும் போய்க் கொண்டிருக்கிறது

●

## பேரலை

அலைகள் வந்துபோய்க் கொண்டிருந்த
கரைகளில்
கடல் வந்துபோயிற்று

வலைகள் படகுகள் மனிதர்கள்
கொஞ்சம் காலம்
எல்லாம் அடித்துக்கொண்டு
போன பின்பு
கடல் உள்மூச்சு வாங்கியதில்
யார்கண்ணும் காணாத பாறைகள்
வெளிச்சத்துக்கு வந்தன

பாறையிடுக்குகளில் சிக்கிய மீன்கள்
என்ன நினைத்தன?

பாறைகள் பார்த்தது
எந்தக் காட்சியை?

●

## பெருங்குழி

மண்ணெல்லாம்
ஒரே குழியிலிருந்துதான்
வருகின்றன

களிமண் வண்டல் மண்
ஈர மண் காய்ந்த மண்
கரிசல் மண் செம்மண்

மண்ணுக்கடியில் ஊறிவரும் நீர்
நீருக்கடியில் பாறை
பாறையைத் தாங்கி நிற்கும் பெருவெளி

கருங்கல் பாறை சுண்ணாம்புப் பாறை
பளிங்குக்கல் பாறை வைரக்கல் பாறை

மரங்களும் காகங்களும்
மான்களும் மனிதர்களும்
பெருவெளிக்காற்றில் அலைந்து
பெருங்குழிக்குள் வந்து விழுகின்றன

குழியெல்லாம் மண்
வெளியெல்லாம் காற்று

●

## பெருங்குகை

குரங்காய்ப் பிறந்து
மனிதனாய் இறந்த
அவனுடைய பெயர்
பெருங்குகையின்
உள் சுவற்றில்
பொறிக்கப்பட்டிருக்கிறது

அதற்கும் முன்பே
வாழைமரங்கள் இருந்தன

பெண்ணும் ஆணும்
பரஸ்பரம் அறிந்துகொண்ட பின்னர்
பிறந்த குழந்தை
குகையிருட்டில்
முதல் விளக்கை
ஏற்றுகிறது

வெளிச்சம் நதியென
பெருங்குகையின் வெளிப்போந்து
மலையிறங்கி
பெருங்கடலின் மையம் நோக்கி
விரைகிறது

●

## பெயரைத் தேடி

அகராதியில்
என் பெயரைத்
தேடிக் கொண்டிருந்தேன்

அகர வரிசையில்
கிடைக்கவில்லை
என் பெயர்

ஒருவேளை
இன்னும் பெரியதொரு
பதிப்பில் கிடைக்கலாம்
என்று எண்ணி
பல்கலைக்கழகத்தில் சென்று
தேடிப் பார்த்தேன்
கிடைக்கவில்லை

*காவியங்களில்
யாரோ என் பெயரை
உபயோகித்திருக்கலாம்
என்று
பல வாழ்நாட்கள் தேடினேன்
பின் ஏதோ ஒரு வாழ்நாளில்
எங்கோ யாரோ
என் பெயரைத்
தன் பெயராகக் கொண்டு
அழைப்பதைக் கேட்டதும்
பெயர் தேடும் படலத்தை
முடித்துக் கொண்டேன்*

*இப்போது யார்
எந்தப் பெயரைச் சொல்லி
அழைத்தாலும்
திரும்பிப் பார்த்துக் கொண்டு
இருக்கிறேன்*

●

## பெருந்தோப்பு

மரங்களின் கனிகளாக நான்
கனிகளின் மரங்களாக நீ
வழியில் மலர்கள் காய்கள்
இடையிடையே வெய்யில்
அவ்வப்போது கொஞ்சம் மழை

வெய்யில்
மழை
மலர் காய் கனி
மரங்களின் மரம்

தோப்புக்கு வெளியே
பெருந்தோப்பு

•

# பிறகு

படுக்கையான பிறகு
தூக்கம் நன்றாக வருகிறது

ஜன்னலான பிறகு
நல்ல காற்றும் வெளிச்சமும்
இருக்கிறது

மரமான பிறகு
வேர்களும்
பார்க்கக் கிடைக்கிறது

மேகங்களான பிறகு
கண்கள் திறந்து
மழை
பொழிகிறேன்

•

## புதியது

புதிய புதிய
பெரிய பெரிய
சின்னச் சின்ன
எல்லாமும்
ஆவென்று வாய் திறந்து
அனைத்தையும் விழுங்கியது

இதற்காகத்தான் இவ்வளவு நாள்
காத்திருந்தேன் என்று
கதைகள் பல சொன்ன மூதாட்டி
கதைகள் தீர்ந்துபோய் கானகத்தில் புகுந்து
மையத்தில் இருந்த குளத்தில் மூழ்கி
மீண்டெழுந்தபின்
இளமை திரும்பி இதயம் கனிந்து
காதல் அரும்பிக் கனவினில் மூழ்கி
முத்தம் தந்த முயக்கத்தில் லயித்து
பச்சை வயலில் பாழ்வெளிகண்டு
இச்சை களைந்து ஆழ்வெளி புகுந்து
முத்தத்தின் சுவை மூச்சில் கலந்து
பகலில் விரிந்த பட்டொளி கண்டு
இரவின் சுடரொளி இறங்கிய கணத்தில்
பாழின் கரும் ஒளிப் பாயை விரித்து
பண்டை நாளின் பாடல் கேட்டு
இறங்கிய பேரலை இரங்கல் விடுத்து
பண்பட்ட நெஞ்சத்தின் பால்சுவை போற்றி
இகம் பரம் விடுத்த இனிய நற்பொழுதில்
பனியின் வெண்மை பாலென விரிந்தது
உதிரத்தின் குரல் உண்மையென்றெண்ணி
நரம்புகள் முறுக்கிய நாளது கண்டு
இடைப்பட்ட கருவிழி இருள் சுவை உண்டு

கடைநிலை கடந்த கார்முகில் சூழ்ந்து
விடுகதை தீர்த்து வீரம் பறித்து
படை துறந்து வீடு விடுத்து
ஏரிகளில் மீன்கள் கண்ட
மான்மழை மறைத்த
நெற்றி வரிகள் நெளிந்த விதத்தில்
பற்றிப் படர்ந்த சேடிப் பெண்கள்
சுற்றிச் சூழ்ந்த அந்தப்புரத்தின்
ரகசியம் விரித்த அரசவை கூடி
அங்கதம் தொனிக்க
பாரின் வேர்கள் பல்கடல் திறந்து
நீரின் ஆழம் நேரில் கண்டு
ஆஹா என்று அதிசயம் தொடுத்து
வெட்கம் மனத்தில் நீலம் படர்ந்து
கட்டம் போட்ட சேலை உடுத்திய
கருமையின் அழகு கண்களை ஈர்க்க
சொப்பன தேவதை சொர்க்கம் கூடி
சப்பென்றிருந்த சோகம் விலக்கி
ஆழ்மன வேட்கையின் சூல்கொண்ட மேகம்
ரத்தச் சிவப்பில் ரகசியம் சொல்லி
முத்தம் மீண்டும் நினைவில் வந்து
அய்யா அம்மா அன்பில் தோய்ந்த
பெரும் மணல் குன்று
பாறை வெடித்து பறவை விரித்த
சிறகு கண்ட புதுப் பெரும் வெளிகள்
தேனின் நற்சுவை தேடியலைந்த
வானின் வீதி வளர்கின்ற வேளை
பழையது கரைந்து புதியது விரிய
காதில் கானம் காதல் என்றது

இளமை மீண்டு கனவில் ஆழ்ந்து
குளிர்சுனை நீரைக் குனிந்து அருந்தி
இதயம் திறந்து வெளியே பொழிந்த
போத மழையில் மனம் கரைந்துருக
புதிய பேரொளி புன்னகை செய்ய
திறந்த வாசல் மறந்ததை மீண்டும்
நினைவில் விரிந்த நிலையிலா நிலையை
நீள் அக விசும்பை

மாகடல் நிறைத்த பேரரும் நிறைவை
எங்கும் எதிலும் பொங்கும் போதம்
தங்கும் தருணம் தழைத்து நிலைக்க
காதலன் கண்கள் காட்சியாய் விரிய
கைகள் அவளைச் சேர்த்து அணைக்க
கனிந்த இளமை விதிர்ந்த தேகம்
கால்கள் பின்னிக் கருத்தொழிந்த நேரம்
வேகம் கூடி வானம் சுருங்கி
மேகம் கலைந்து தாகம் அடங்கி
வீழ்ந்த உடலில் விரிகின்ற நாதம்
வாலைக் குமரி வாழ்வைச் சொல்ல
பிறப்பும் இறப்பும் வாழ்வின் வாசமும்
இளமையும் முதுமையும்
இனிமையும் கசப்பும்
புனிதமும் நீசமும்
கனியும் காயும்
மீண்டும் மீண்டும் நடப்பது கண்டு
நடந்ததும் நடப்பதும்
நடக்க இருப்பதும்
நடனம் போன்ற நயத்துடன் விரிய
போலிக் கடவுள் கோயில் நீங்க
காலியிடத்தில் கால்தடம் பதிய
பேதம் விடுத்து பேய்த்தனம் ஒழிய
கல்லில் நாரெடுக்கும் காலம் மறைய

எல்லாம் எல்லாம்
எப்போதும்போல்
சிறியதும் பெரியதும்
பழையதும் புதியதும்
அன்றும் இன்றும்
என்றும் விளங்க

●

## திரைச்சீலைக் காட்சிகள்

பார்வையை மறைக்கின்றன
வரைந்த காட்சிகள்

அப்பாலிருந்து கேட்கும் சிற்றொலிகள்
சீலைக் காட்சிகளில் கலக்கின்றன

ஒருமுறை ஒரு சிறு வாசனைகூட

நடுவில் தலைநீட்டிய முகமொன்றும்
சீலைக் காட்சியின் அங்கமாகியது

இப்போதெல்லாம்
சீலைக் காட்சிகள் மட்டும்
முழுமையாகப்
பார்க்கத் தொடங்கிவிட்டேன்

●

## செய்திகள்

கடல் வருடி வரும் உப்புக்காற்று
சொல்லும் செய்திகள்
வயதான மீனவர்கள்
சிலருக்குப் புரிகிறது.

அலைகளின் ஓசையையும்
அலைகளற்ற அமைதியையும்
ஒருங்கே கேட்கப்
பழகியவர்கள் அவர்கள்

கடலின் மறுகரையில் சிறுமியொருத்தி
விளையாடும் விளையாட்டில்
சிறு கிளிஞ்சல்கள் உரசும் ஒலி
அவர்கள் காதுகளுக்குக் கேட்கிறது

பார்க்க யாருமில்லை என்று
இளம் கடல்கன்னிகள்
ஆடும் சுதந்திர விளையாட்டுகளை
மெல்லிய சிரிப்புடன் அவர்கள்
கண்டு ரசிக்கிறார்கள்

வீசும் காற்றில்
ஈரம் காய்ந்த உப்புத்துகள்கள்
மாலை வெய்யிலில்
உடல் முழுவதும் மினுமினுக்க
கடல் தேவதைகள் பாடும் பாடல்களின்
நாளைய கதைகளின் சித்திரங்களை
அலைகளோடு கரை வந்து சேரும்போது
வானம் பிரதிபலிக்கும்
நீர்க்குமிழிகளிலிருந்து
அவர்கள் தெரிந்துகொள்கிறார்கள்

சவுக்குத் தோப்புக்கும்
கடற்கரைக்கும் இடையில்
புற்கள் காய்ந்துபோன மணல்மேட்டில்
அமர்ந்திருக்கும் மூதாட்டி
மறுநாள் காலை
கரையறைந்து திரும்பப் போகும்
ராட்சத அலையில்
பலியாகப் போகும்
பத்து வயதுச் சிறுமி
தூரத்தில் நடந்துபோவதை
நெஞ்சுருக்கும் வேதனையோடு
பார்த்துக்கொண்டு அமர்ந்திருக்கிறாள்

•

## சுவர்

சுவருக்கு வெளியில் இருந்து
சுவர்களைப் பார்த்து இருந்தேன்
உள்ளும் புறமும் தெரிந்தது

பின் சுவரானேன்
உள்ளும் புறமும்
ஒன்றெனத் தெரிந்தது

இப்போது
சுவருக்குள் என்ன இருக்கிறது
என்பதைத்தான்
பார்க்கவேண்டும்

சுவர் தன்னைப் பார்க்கும்போது
சுவர் இல்லாமல் போகிறது

●

## தனித்துத் திரிந்த மீன்கள்

தனித்துத் திரிந்த மீன்கள்
தனித்துத் திரிந்த மீன்களோடு
மீண்டும் துணை தேடிப்
போனதில் கிடைத்ததெல்லாம்
மூடிக் கிடந்த கதவுகளும்
வடக்கு நோக்கிய சாளரங்களும்

தாகம் தீர்ந்த பின்னும்
பெருங்கடல் வேண்டிக்
காத்திருக்கிறது பெண்மை
புது உயிர் சுமந்து

விரிந்து கிடக்கும்
நிலத்தை ஆட்கொண்டு
ஆட்சி புரிய விழைகின்றன
ஆலமரங்கள்

மீன்கள் இன்னும்
கடலின் ஆழத்தில் திசையற்று
நீந்திக்கொண்டிருக்கின்றன

●

## மலையெங்கும் தாமரைகள்

வரிசையைக் கலைத்துப் போட்டு
ஒழுங்கில் அடுக்கினேன்
வகைப்படுத்தி வைத்தேன்

எதிலும் சேராமல்
மிஞ்சிப் போனது நான்கு

புரிந்தது
புரியாதது
புரியாமல் புரிந்தது
புரிந்தும் புரியாதது

உயரம் போதாமல் மலையேறி
களைப்பில் சுனை நீர் குடித்து
புரையேறித் தலைதட்டி
உச்சியில் கோயில் கண்டு
நரைதாடி மனிதன் வந்தபின்
சுவாசம் மாற்றி

உச்சிக்கும் அடிவாரத்துக்குமான
சரிவில் சறுக்கிவிடாமல்
கண்டும் காணாது கடந்துவந்த
புடைச் சிற்பங்களில் நின்ற
பெண் சிலைகள்
நிர்வாணமும் நீக்கிய அதிசயத்தில்

*அடிவாரக் குளத்தில் மலர்ந்த*
*புது மலரின் தண்டுக்குள் ஒளிந்திருந்த*
*இன்னும் பிறவாத நட்சத்திரத்தின்*
*துடிக்கும் நாதத்தைக் கேட்டபின்*

*பிறந்தால் இனி*
*பிறவாத குழந்தையாய்ப்*
*பிறக்க வரம் கேட்க*

*நரைதாடி மனிதன்*
*வாய்விட்டுச் சிரித்த சிரிப்பில்*
*மலர்கின்றன*
*மலையெங்கும் தாமரைகள்*

•

# தொங்கல்

அங்கே
நீளமான கொடி ஒன்றில்
தொங்குகின்றன உலகங்கள்

சிறுகாற்றில் அசைகிறது ஒன்று
மழையில் ஊறி
கனத்துத் தொங்குகிறது இன்னொன்று
குளித்துத் தலை துவட்டி
காயவைத்த ஈரத்துணிபோல் மற்றொன்று

மற்றபடி வரிசையாக
குனிந்து வெப்பம் தகிக்கும்
இருண்ட அதலபாதாளத்தைப் பார்த்தபடி
கொடிபிடித்துத் தொங்குகின்றனர்
அவள்கள் அவன்கள்
நீங்கள் நாங்கள்

காத்திருக்கின்றனர்
ஒளிவந்து பனிபோல் கவியும்
ஒருநாளில்
பிடிவிட்டுத் திசையின்றிப்
பறக்கவென்று

●

## உள்ளங்கை வெளி

இரு உள்ளங்கைகளுக்கு இடையில்
விரியும் வெளியில்
பறந்துகொண்டு
இருக்கிறது பறவை

இடது கையிலிருந்து கிளம்பி
ஆகிறது ஆண்டுகள் பல்லாயிரம்
வலது உள்ளங்கை இன்னும்
பார்வைக்குப் புலப்படவில்லை

இடது உள்ளங்கையின் ரேகைகளை
அது இன்னும் மறக்காமல் இருக்கிறது

கைகளுக்கு வெளியே
என்ன இருக்கிறது என்ற கேள்வி
இன்னும் எழவில்லை அதற்கு

எங்கோ தூரத்தில்
மேகங்கள் சூழ்ந்து வருகின்றன

●

## உயிர்ச்சுனை

இருவரும் மலையேறத் தொடங்கினோம்
முதலில் மெதுவாக வேகமின்றி
பிறகு வேகவேகமாக
உச்சியில் உள்வெடித்து
சிறகு முளைத்து
பறந்தோம் (பறந்தேன்)

பல காலம்
பல காதம்
யாருமற்று
அவ்வப்போது நானுமற்று

உயிர்ச்சுனையின் ஆழத்தில்
மலர்ந்துகொண்டே
ஒளி பொழிந்த அந்த
அளவில்லாத மலரைக் கண்டேன்

ஒளிவீச்சு மலையை அடைந்தபோது
மெல்லக் கீழிறங்கி
சிறகு குவித்து அடங்கினேன்

சிலநேரம்
காலம் கடந்த வெளியில் இருந்து
அம்மலரின் ஒளிமணம்
சமவெளிகளிலும்
மேலே தடவிச் செல்கிறது

●

## வேறு ஒரு உலகம்

கட்டடங்களுக்கும் வளைகோடுகளுக்கும் கீழே
சிக்கிக் கொண்டிருக்கிறது உலகம்

பூக்களென வளைந்த
ஜன்னல் கம்பிகளின் பின்னால்
துண்டுதுண்டாகவும்
சரியாக மூடாத கதவுகளுக்கு அருகில்
பட்டை பட்டையாகவும்
தெரிகிறது

தூரத்து மலைகளுக்கும்
பக்கத்துத் தென்னை மர ஓலைகளுக்கும் ஊடே
எங்கும் சிக்காமல் தொடர்ந்து
வேறு ஒரு உலகம் பாய்ந்துகொண்டிருப்பது
யார் கண்ணுக்கும் புலப்படவில்லை

மின்வெட்டில் அணைந்துபோன
கம்ப்யூட்டரின் எதிரே
காலி நாற்காலி
அமர்ந்துகொண்டிருக்கிறது

•

## விதை

ஒரு விதையின் மையத்தில்
ஒருநாள் நான்
விழித்துக்கொண்டேன்

வெளியே தெரியாமல்
மெல்ல வளர்ந்தேன்

மீண்டும் ஒருநாள்
விதையின் உறையைக்
கிழித்துக்கொண்டு
மேலே வளர்ந்தேன்

துளிர்விட்டது
வேர்விட்டது

விதையிலிருந்து செடி
முளைத்ததென்று
சொன்னார்கள்

யாரும் அறியாமல்
செடியினுள் வளர்ந்தேன்
மலர்கள் மலர்ந்தன

பூக்கத் தொடங்கிவிட்டதென்று
சொன்னார்கள்

காய்த்தது
கனிந்தது
பறித்துச் சுவைத்தார்கள்
விதையை விட்டெறிந்தார்கள்

ஒருநாள்
விதையின் மையத்தில்
நான் விழித்துக்கொண்டேன்

●

## யானையும் எறும்பும்

சின்ன யானைகள்
எறும்புகளின் முதுகில்
ஏறிக் கொண்டன

சீறிப் பாயும்
காற்றின் கீதம்
ஓலைகளைக் கிழித்து
வேர்களுக்குள் புகுந்து
பூமியின் மறுபக்கம்
வெளிவந்தது

பூமியிலிருந்து சுனையாய்
வெளிவந்த கீதம்
மரமாய் விரிந்து
மலர்களாய்ச் சொரிந்தது

மலர்களைத் தலையில்
சூடிக்கொண்ட பெண்ணின்
தோள்களின் மேல்
இருபுறமும் ஏறிக்கொண்டன
எறும்பும் யானையும்

●

## யாளிகளின் வரலாறு

பல்லக்கிலிருந்து
இறங்கிய இளவரசி
குளிப்பதற்காக ஆடை நீக்கி
குளத்தில் இறங்கியபோது
வானம் சூழ்ந்து
மறைத்துக்கொண்டது

மரத்தின் பின்னால்
மறைந்து நின்ற
பல்லக்குத் தூக்கிகளின் கண்களில்
மறைத்து நின்ற
வானத்தின் வழியே தெரிந்தன
தூரத்து மலைகள்

மலையிலிருந்து பேரருவி
பாய்ந்திறங்கிய வேகத்தில்
பல்லக்குத் தூக்கிகள்
மறைந்து நின்ற மரங்கள்
மறைந்து போயின

அப்போதுதான்
சிரிக்கத் தொடங்கின
யாளிகள்

•

# காலடியில் ஆகாயம்

## எல்லாமும் எப்போதும்

எனக்கு இறப்பு இல்லை.
இது எனக்குத் தெரிந்தது
நான் மண்ணுக்குள் போன பின்பு.
மண்ணுக்குள் சிறிது தூரம் சென்றதும்
உளிச்சத்தம் கேட்டது
என் பாட்டன் தென்பட்டார்.
அவர் செய்து கொண்டிருந்த ஒரு சிலை
முடிக்கும் தறுவாயில் இருந்தது.
அது என் சிலை. அவர் என்னைக் கவனிக்கவில்லை.
இன்னும் கீழே உளிச்சத்தம் கேட்டது கீழே சென்றேன்.
அங்கு என் கொள்ளுப்பாட்டன் என் சிலையைப் பாதி
செய்து முடித்திருந்தார்.
அவரும் என்னைக் கவனிக்கவில்லை.
இன்னும் கீழே உளிச்சத்தம் கேட்க, கீழே சென்றேன்.
என் முப்பாட்டன் கல் தேர்ந்தெடுத்துக் கொண்டிருந்தார்.
அவரும் என்னைக் கவனிக்கவேயில்லை.
மேலும் கீழே சென்றேன்.
அங்கு நான் ஒரு சிலை செய்து கொண்டிருந்தேன்.
அது யார் சிலை என்று தெரியவில்லை.
மண்ணை விட்டு வெளியே வந்ததும் பளீரெனப் புரிந்தது
நான் செய்து கொண்டிருந்தது என் மகன் சிலை.

## இங்கே எப்போது

நான்: வனங்களெங்கும் திரிந்தாயிற்று
இந்த வரைபடம் உபயோகமில்லை
எந்த இடத்தில்
எந்த மரத்தில்
அந்த மலர் மலருமென்று
எந்த விதத்திலும் தெரியவில்லை

அசரீரி:அதோ
அங்கே தெரியும் அந்த மரத்தின்
கிளையில் தொங்கும் பழத்தின் விதையில்
இருந்து விரியப் போகும் மரத்தின்
கிளையில் ஒரு நாள் அம்மலர் மலரும்.
இன்று
இந்த ஓடையில் கைகுவித்து
அள்ளி, ஒரு வாய் நீரருந்திவிட்டுப்
போ.

## இல்லாத கோடு

இல்லாத கோடு எரிந்து செல்லும்.
கருகிய பகுதியில்
கடவுளர் மானுடருடன் பேசி
மகிழ்ந்த நாட்கள்
என்று பாட்டி சொல்வாள்.
நெருப்பு என்னை விட்டுத்
தாண்டிச் செல்லும்.
பின்
கரிகளுடன் நானும்
கடவுளாவேன்.

*

## சிறு பறவை அழைத்துவரும் மேகம்

அதோ
அந்தச் சிறுபறவை
அழைத்து வரும் மேகம்
தண்ணென என்னை நிறைக்கையில்
நான்
இல்லாது போவேன்.

என் சட்டையை நீ எடுத்துக் கொள்ளலாம்
நீ என் செருப்பை எடுத்துக்கொள்.

என் சுவாச கோளங்களை
மேகம் நிறைக்கையில்
கணிதங்கள் அற்றுப்போகும்

அதன் பின்
என்னைப் பற்றி
ஏதேனும்
அறியவேண்டுமாயின்
அந்தச் சிறு பறவையை
அழைத்துக்
கேள்.

*

ஆனந்த்

# நினைவு நதி

என் ஞாபகங்கள்
எல்லாம்
எங்கோ
எப்போதோ
இருந்ததாக இருக்கிறது

வெறும்
ஒளிக்கீற்றுகளின் நதியில்
என் நினைவுகள்
மிதந்து வருகின்றன,
அவ்வப்போது.

நதி
இடங்களாலானது.

✸

## உலகை நிரப்பி

உலகை நிரப்பி
வழிந்து
வா
மரங்களில் மலர்களாய் மலர
மலையிலிருந்து அருவியாய் உதிர.

## பறந்து செல்லும் பறவை

பறந்து செல்லும் பறவையை
நிறுத்திக் கேட்டான்:
பறப்பதெப்படி?

அமர்ந்திருக்கையில் சொல்லத்
தெரியாது கூடப்
பறந்து வா சொல்கிறேன் என்றது

கூடப் பறந்து கேட்டான்:
எப்படி?

சிரித்து
உன்போலத்தான் என்றது

அட ஆமாம்
எனக் கீழே கிடந்தான்
பறவை
மேலே பறந்து சென்றது

*

## நாளை வரும்

நாளை வருமெனச் சொல்கிறார்
வெறும் இன்றுகள்தான் வருகின்றன
இடையறாது
எங்கிருந்து வருகுதிந்த இன்றுகள்?

காணாதது
கண்டு
கண்டதாகிறது

நாளை நேற்றெனச் சொல்கிறார்
இன்றிலென்றும் இல்லை இவையிரண்டும்
இன்றுகள் மட்டும் வருகின்றன
இடையறாது.

*

# யுத்தக் காட்சி

இது என்றுமுள்ள யுத்தத்தின் இன்றைய காட்சி.

இன்றைய யுத்தத்தில் தம் கட்சியினர், பகைவர் என
 இரு பிரிவுகள் இல்லை.
ஒவ்வொரு வீரனுக்கும் மற்ற அனைவரும் பகைவராக
 உள்ளனர்.

வீரர்கள் அனைவரும் உடல், முகம் முழுவதும் மூடிய
 கவசங்கள் அணிந்திருக்கிறபடியால் யாருடைய
 முகமும் தெரியவில்லை.
பளபளக்கும் உலோக முகக் கவசத்தின் திறந்தே
 இருக்கும் கண்களுக்குள் வீரர்களின் கண்கள்
 மூடிய வண்ணமே இருக்கின்றன.
கண்கள் மூடியுள்ளமையால் இரவு, பகல் என
 இன்றி எப்போதும் யுத்தம் நடக்கிறது.

அனைவரும் அஹிம்ஸாவாதிகளாகையால் வீரர்கள்
 அனைவரின் வாள்களும் உறைக்குள்ளேயே
 துருப்பிடித்துக் கிடக்கின்றன.
அனைவரும் வாளை எடுக்காமல் கேடயம் கொண்டே
 யுத்தம் புரிகின்றனர்.

பல வீரர்கள் யுத்தத்தில் மடிய, புதிதாக வீரர்கள்
 யுத்தத்தில் சேர்ந்த வண்ணம் இருக்கின்றனர்.
புதிதாகச் சேரும் வீரர்களுக்குத் தங்கள் இடையில்
 தொங்கும் வாளின் உபயோகம் தெரியவில்லை.
கேடயத்தால் தாக்கினாலும் வலிக்கத்தான் செய்கிறது.

ஆனால் யாரும் வாளை எடுத்து போய் புரிய
 மாட்டார்கள்.
ஏனெனில் இது தர்ம யுத்தம். அனைவரும்
அஹிம்ஸாவாதிகள்.

❋

## மலர்க்கண்கள்

அவ்வப்போது
என் மலர்க்கண்கள்
மண்ணில் உதிர்கையில்
உன்னை நான்
காண முடிவதில்லை.

மறு மலர்கள்
மலரும் வரைக்கும்
உன்னைக்காண
வரம் ஒன்று
தா.

## முதல் அம்பு

நான் முதல் அம்பு.
பன்னெடுங்காலமாய்
இந்த மலையுச்சியில்
கிடக்கிறேன்
யார் மீதும் விரோதமற்ற
ஒருவன் வந்து
தன் வில் கொண்டு
என்னை
வெளியில் செலுத்துவானென.

*

## காத்திருத்தல்

சொட்டு சொட்டென்று
சொட்டி
என் குடம் எப்போது நிறைவது?

மண்ணில் விதைகள்
மழை பார்த்து நிற்கின்றன.

தாகத்தில் உடல்
தன் உதிரத்தையே குடிக்கிறது

தோல் வெடித்த பூமியின்
ஒரு வெடிப்பினுள்ளிருந்து
அந்த மலர் மலரும் போது
காலையாகி இருக்கும்.

## உறுதிமொழி

இருந்த இடத்தில்
இருந்தபடியே
நீ இரு

நான் வருவேன்
உன் கால்களை வருடிச் செல்லும்
நீரெல்லாம் கழிந்த பின்னே.

## பற்றுதல்

மரமாய் இருப்பதை விட
மலராய் இருப்பேன்
வெயிலில்
மழையில்
சுழன்றடிக்கும் காற்றில்
உதிர்ந்து விடலாம்
வேர்களால்
தொடர்ந்து நிலத்தைப்பற்றிக்
கொண்டிருக்க வேண்டியதில்லை.

*

## அலை

*அலை*
*நீரிலா*
*காற்றிலா*
*மனத்திலா*
*கரை அடைந்தால் தெரியும்*
*கரை அடைந்தால்*
*காணாமல் போகும்*
*அலை*

❋

## நம் கதை

பகலில்
பிறந்தது ஒரு குழந்தை.

ஒளியாய் மலர்ந்தது உலகம்.
ஜீவப்புனல்
தடையின்றிப் பாய்ந்து பரவியது,
உலகை நிறைத்தது.
குழந்தை சிரித்தது
தன்னைத் தனியே உணராமல்.

மெதுவே நகர்ந்து வந்தது
இருளின் எல்லை.
தாண்டிச் சென்று
கவிந்தது இருள்.
தன்னையும் இழந்து திணறியது
பகலின் நினைவு.

இரவு முழுவதும் தன்னைத்
தேடி அலைந்தது குழந்தை.
உலகில் காலை வந்தது.
ஒளிப்பரப்பு
உலகில் குழந்தைக்குத்
தன்னைக் காட்டியது.
பரவசம் பொங்கியது மனத்தில்.

வரும் இரவின் பயம்
மனத்தின் எல்லையில் வளர்ந்தது.
மனத்தை இறுக்கி
இரவில் கரைந்தது.
பகலின் நம்பிக்கை
இருளில் பிறந்தது ஆசையாய்.
உலகின் படங்கள்
உள்ளே இருளில் மிதந்தன.
ஒரு பொய்ப்பகல் உருவாகியது.
வரப்போகும் பகலுக்கு ஒரு வாக்காய்
தோற்றங்கள் உள்ளே நிலைபெற்றன.
மனம் வளர்ந்தது.

மௌன மலராய் மலர்ந்த பகலை
பொய்ப்பகலின் தோற்றங்கள்
அடையாளம் காட்டின.
நிலைத்த தோற்றங்களின் எதிரில்
நகர்ந்தது பகல்.

இருளின் நினைவு
சாபமென விரைந்து வந்தது.
கடந்து செல்லும் பகலில்
தன்னை நிலைத்துக் கொள்வது
எங்ஙனம்?
சிந்தனைச் சுவர்களுக்கு வெளியில்
பகல் காணாமல் கடந்தது.

வரும் இரவின் தொடக்கம் நெருங்க
பீதியில் வெடித்தது ஓர் எண்ணம்.
பின்னால் துரத்தும் இருளிலிருந்து
ஓடும் ஒளியைத் தொடர்ந்து ஓட்டம்
என்றும் ஒளியுடன் இருந்து ஓட.

தாண்டிச்சென்று சூழ்ந்தது இருட்டு.
பகலிலும் விலகாத இருள்
உள்ளே புகுந்தது.
பார்வை போயிற்று.

இருளின் எல்லையைத் தேடி
அலைந்தது குழந்தை.

இருள் வெளியில்
மனப் பொய்யுலகம்
தன்னை மாற்றி மாற்றிக் காட்டிற்று.
சில பல உலகங்கள்
தோன்றி
இருந்து
கதைகளாய் மறைந்தன.
கதைகளின் அனுபவம் துயரமாயிற்று
துயரம் காலமாயிற்று.

மனத்தை நிரப்பித் தேங்கிற்று துயரம்.
தனிமை கவிழ்ந்தது.

சூன்யத்தில் திமிறித் திணறிப் பின்
தனிமையின் உண்மை புரிந்தது.

தனியொரு உலகில் தனியொரு உயிராய்க்
கழிந்தது காலமற்ற ஒருகணம்.

துயரம் தன் வெம்மையில்
தீப்பற்றி எரிந்தது.

சலனங்கள் அடங்கி
சாவின் மௌனம் விரிந்தது.

பகல் வந்தது
வெளியே உலகில்
பறவைகள் பாடிப் பறந்தன.
வானில் எழுந்தது ஒளிமலர்ச் சூரியன்.
சூரியப் பார்வையில்
இருள் மையம் கரைந்தது.

உலகம் சுழன்றது.
மறுபக்க இருள் தெரிந்தது
இரவிலும் பகற்பாதி புரிந்தது.
பகல் இரவெனப் பாதிகள் சேர்ந்ததன்
முழுமை புரிந்தது.

பார்வை வெடித்துப்
பறவையாய் ஆயிற்று
தூக்கத்தில்
நக்ஷத்திரக் கனவு காணும்
வானம் விழித்துக் கொண்டது.
நிலைத்த ஒளியில்
உலகம் சுழன்றது.
காலம் நின்றது.

## கணக்கில்தான்

உனக்கும் எனக்கும் இடையில்
கணக்கில் தான் வேறுபாடு

உன் பல நூறு வருடங்கள்
என் சிறுபொழுதில் விரைந்தோடும்

என் வானில் ஒரு பறவையின்
ஒரு சிறகடிப்பில்
உனக்கு முதுமை வந்து சேரும்

உன் காலடித்தடங்களைக் கணக்கிட்டு
நீ சொல்வாய்
காலம் பறந்தோடி விட்டதென்று

நான்
பறவையின் அடுத்த சிறகு வீச்சில்
கவனம் கொள்வேன்.

## சந்திப்பு

எனக்கு விதிக்கப்பட்டிருந்த நாள்
அன்று தானென்றெனக்குத் தெரியாது
ஏனோ காலையில்
கையில் ஒன்றும் எடுத்துச் செல்லவில்லை
வெறுங்காலுடன்
கடற்கரை மணலில் மெல்ல நடக்க
சிறுகாற்றில் மனம் முழுதும் காலியாச்சு

கருமேகம் கவிந்திறங்கி
கருத்ததொரு உருவமாச்சு
அதன் பார்வையில் தெறித்ததொரு
மின்னல் வீச்சு
உனக்காகத தான் வந்தேனென
இடி முழங்கிற்று

காலியான மனத்தில்
காரணங்கள் தோன்றவில்லை
யார் நீங்கள் எனக்கேட்டேன்

உனக்கு விதிக்கப்பட்டிருந்த காலம்
முடிவடைந்தது
கொண்டு போக வந்தேன்

அப்படியா

அச்சம் உனக்கில்லையோ
உனது
அனைத்தும் கொண்டு போக வந்திருக்கும்
காலனின் தூதன் நான்

அனைத்தும் என்றால் எவை
யனைத்தும்

உன் மனத்தில்
நீயாய் நிறைந்திருக்கும் உன்
ஆசைகள் கோபங்கள்

ஆனந்த நினைவுகள்
சுகானுபவ சாரங்கள், உன்
காலத்தில் நீ சேர்த்த கனவுகள்
இவையெல்லாம்

ஐயா, நீர் முழுதும் ஏமாறுவதில்
வருத்தம் கூட எனக்கில்லை
காலையின் கணமொன்றில்
கரைந்து போச்சு அத்தனையும்
எதைக் கொடுப்பேன் என்றறியேன்
ஏதுமிருந்தால் எடுத்துக் கொள்ளும்

உடலாவது உனதானால்
உரிமையுடன் கொண்டு செல்வேன்
உனதனைத்தும் எடுத்து வர
உத்தரவு எனக்கு

உடலெனதா தெரியவில்லை
உலகம் அறியுமுன்னே
உடல் பிறந்து இருந்தாச்சு
பெற்றோரது என்று சொன்னார்
பரமனது என்றும் சொன்னார்
எனதேயெனெ நீர் நினைத்தால்
எடுத்துச் செல்லும்

இன்றுவரை நானும்
பல உயிர் கொண்டு சென்றேன்
இத்தனை நாள் அனுபவத்தில்
இதுவரை கண்டதில்லை
இது என்ன புதுச்சிக்கல்
காத்திரு

காத்திருந்தேன் கடலருகில்
காலன் வந்தான்
கனிவான முகத்தில்
ஒளி மலர்ந்திருக்க
ஊரார் சொன்னதுபோல்
கடுமை சிறிதுமில்லை
கண்வழி நெருப்பில்லை. வாய்க்கடையில்
கொம்புகள் ஏதுமில்லை.

தூதனிடம் என்ன சொன்னாய்
கலங்கி வந்தான் காரணமேன்
எனதுடைமை வேண்டுமென்றான்
எனதுடைமை என்றிருந்தால்
எடுத்துச் செல் என்று சொன்னேன்
காத்திரு என்று சொல்லிக்
காணாமல் போனான்

கண்வழி புகுந்தான் காலன்
கணத்திலே கண்டான்
காலியான மனம் முழுதும்

என்னவாச்சு மனவினைகள்

காற்றொன்று உட்புகுந்து
காலியாச்சு அத்தனையும்

காலனென் செயல் தன்னை
காற்று முடித்ததுவோ
உனதென்று நீ நினைக்கும்
ஏதாவது சொல்

நினைப்பேது நெஞ்சினுள்ளே
நீரும்தான் பார்த்தீரே

எடுத்துன்னைச் சென்றாலும்
விட்டுத்தான் போனாலும்
ஒன்றே. எது விருப்பம்

இதுவும் ஒரு தூண்டுதலோ
என் விருப்பம் என்று இனி
எதுவுண்டு நானறியேன்
முடிவு நான் செய்ய
ஒரு முறையுமில்லை இனி

கண்முன்னே காலன்
கரைந்து போனான்.
மனத்தினுள் கேட்டது
அவன் குரல்
நீயே நான்
நானே நீ

## சற்றைக்கு முன்

சற்றைக்கு முன்
ஜன்னல் சட்டமிட்ட வானில்
பறந்துகொண்டிருந்த
பறவை
எங்கே?

அது
சற்றைக்கு முன்
பறந்துகொண்
டிருக்கிறது.

*

## வழியில் தங்கியவர்கள்

காலையில் ஒருநாள் விழித்ததும் கண்டேன்
வழியைத் தவற விட்டேனென்று
புறப்படும்போது அவர்கள் சொன்ன
கோயிலும் இல்லை அந்தக் கோயிலின்
பின்னால் நிற்கும் குன்றொன்றும் இல்லை.
அவர்களின் வழிக்கும் இதற்கும் இடையில்
பொதுவாய் உள்ளது வானம் ஒன்றே

வழியைத் தவற விட்டது நானா
அவர்கள் சொன்ன வழியே தவறா
கோயிலும் குன்றும் எங்கே போயின

வழியில் உள்ள மக்களைக் கேட்டேன்
யாவரும் சொன்னார் ஐயோ பாவம்
வழியைத் தவற விட்டாரிவரும்

ஐயா இங்கே கோயில் ஒன்றும்
குன்று ஒன்றும் என்றோ இருந்ததாம்
கோயில் போன பின்பும் இங்கே
குன்று மட்டிலும் தனியே இருந்ததாம்
அதுவுமில்லை இப்போதிங்கே
அவற்றைத் தேடியே நாங்களும் வந்தோம்
வழியில் எங்கும் கோயில் கிடைத்தால்
வந்து சொல்லும் நாங்களும் வருவாம்

பொதுவாய் நின்ற வானில் ஒரு புறம்
தனியாய் நகர்ந்தது ஒளிவிடும் சூரியன்
சூரியன் அறியும் வானும் அறியும்
கோயிலும் குன்றும் போய்விட்ட உண்மை
கோயில் போனதைக் குன்றும் அறியும்
குன்றும் இல்லை கேட்கலாமென்றால்

தேடிப்பார்ப்போம் வாருங்கள் என்றால்
கிடைத்தபின் சொல்லும் வருகிறோம் என்கிறார்
இவர்களை நம்பி ஆகாது இனிமேல்
அங்கே இருப்பது போலவே இங்கும்
இருக்கிறார் வழியிது என்பதில்லாமல்.

●

## கடைசிக் காட்சிகள்

அலைகளின்றிக்
கனத்துப் பெரிதாய்த்
தேங்கி நிற்கிறது கடல்.

சோர்வுடன் மெதுவே நகர்ந்த
பேறாறுகள் கடைசியாய்
பெருமூச்சுடன் அதில்
கலந்து விட்டன.

மரங்களேதுமற்ற பூமியெங்கும்
மனிதன் கட்டிய சுவர்களின் மேல்
ஒளியிழந்து மோதிக்கொள்ளும்
மின்மினிக்கூட்டம்
பதிலாய்க் கிடைத்த குரலில்
ஓலமிடுகின்றன வழி தெரியாமல்.

காற்றெல்லாம் போய்விட்ட உலகில்
ஒரு பெருஞ்சுவரோரம் நீண்டு
கிடக்கும் மனிதனின் மேல்
பறக்க வழியில்லாப் பறவைகள்
அமர்ந்திருந்து வீணே
சிறகுகளை அடித்துக் கொள்கின்றன.

இருண்டு கிடக்கும் பூமியின்
கடைசி மூச்சு
மனிதனின் சுவாசமாய் வெளியேறி
ஒரு புதிய காலத்தின்
தொடக்க மையமாய்
வெறும் வெளியில்
நிலைக்கும்.

✻

## காலடியில் ஆகாயம்

கையில் முழுக்கனி
காலடியில் ஆகாயம்

நோக்கற்று வீசி
எறிந்த கனி
உலகமாய் விரியலாச்சு

வளர்கனியை அனைவரும்
தோண்டித் தின்ன
அவர் மேல் விழுந்தனர்
இன்னும் பலபேர்

கனி தீர
அதன் விதைகள்
வெளியில் செல்ல
ஒருவன் கையில்
கிடைத்தது முழுக்கனி
காலடியில் ஆகாயம்.

## நம் எல்லைகள்

எங்கென்று தெரியாத
இங்கு

நக்ஷத்திரக் கூட்டத்தினெதிரில்
ஒற்றை மலர்
அலைகளில் புரண்டு
உருவம் மழுங்கிய
ஒற்றைச் சிறுகல்
பல உள் முகங்களில்
ஒளிபட்டுச் சிதறும்
ஒற்றைப் படிகம்
கவிதை வரிகளில்
பலநிறம் காட்டும்
ஒற்றைப் படிமம்
துணைகளோடு
பொருள் சேர்க்க முடியா
ஒற்றைத் தனிச்சொல்
நிலைத்தலில்லா
வெறும் காற்று
அனைத்தும் அடக்கும்
ஆகாயம்
ஆகாயம் தாங்கி நிற்கும்
காலம்

என்றென்று தெரியாத
இன்று

*

## முதல் முடிச்சு

தேர் நின்று போயிற்று
இழுப்பவர்கள் தத்தம் இடத்தில்
அமர்ந்து விட்டார்கள்

இரை தேடிச்சென்ற பறவைகள் எல்லாம்
கூட்டில் வந்து அடைந்தன
கடைசியாக வந்த சிறுகுருவியும்
கிளையில் அமர்ந்தது

நினைவுகள் அற்றுப்போக
தரையில் இறங்கியது வானம்.

பால் கசியும்
தாயின் முலை மறந்து
விரல் துடிக்க
கைக் கயிற்றில் முதல் முடிச்சைப்
போட்டது குழந்தை.

திரை விழுந்து மறைத்தது
வெட்டவெளி நாடகத்தை.

*

# புதுநிலம்

காண்பதும் அடக்கம் காட்சிக்குள்
கடல் எழும்பிக் கலந்தது
வானில்

புதுநிலம் வியந்தது
தன்னோடு வானையும் பார்த்து.

காண்பதைக் காணும்
முடிவற்ற வரிசை

நதிகளைக் கேட்கலாம் என்றாலோ நதிகள்
மலையேறப் போய்விட்டனவாம். மரங்கள்
இடை வளைத்து புதுநிலத்தின் ஆழம் காணப்
புகுந்து விட்டன.

நாட்டியம் தொடங்கி விட்டது.

✻

## வெளி
## இடை
## வேளை

இருள் பரவியதும் இரவென்றனர்
வீடு திரும்பும்
வழியில் ஒருவன் சொல்லிச் சென்றான்
பறவை இன்னும் காத்திருக்கிறது

அந்த வீட்டுச் செங்கற்களை ஒவ்
வொன்றாகக் கழட்டிக் கீழே
போட்டுக் கொண்டிருக்கிறார்கள்

        வெளி
இடை          யில்
        வேளை
பறவை பறந்து செல்லும்
அடுத்த வீட்டுச் செங்கற்களை
அடுக்கு முன்பாக

## நடை பயிலல்

உடைந்து போய்க்
கொண்டிருக்கின்றன
ஒருவனின் கனவுகள்.
மரங்களும் மலைகளும்
எங்கும்
சூழ்கின்றன
புரிந்தது
மறந்தது போக
நடை பயில்கிறேன்
யாரோ
ஒருவனாக

*

## அதனால்தான்

நீ என்னருகில்
இருப்பதைவிட
இன்னும்
அருகில் நான்
இருக்கிறேன். இது
எவ்வாறு சாத்தியமென
நீ கேட்கிறாய்

அதனால்தான்.

# வினோதம்

வினோதமான
விதம் விதமான
பொருட்களைக் கண்டால்
சேர்க்கத் தொடங்கினேன்

விசித்திரக் கோலக்
கிளிஞ்சல் ஒன்று
வண்ணங்கள் தெறிக்கும்
படிகம் ஒன்று
பெண்ணின் முகம்
காட்டும் ஒரு கல்

சேர்த்துச் சேர்த்துக்
காண்பன எல்லாம்
வினோதமாகத்
தோன்றத் தொடங்க
வீட்டை நிறைத்து
இடமின்றி போயிற்று.

உருட்டி யாரும்
வைக்காத உருண்டையாய்
உலகம் வெளியில்
சுற்றும் வினோதம்

கண்டது வினோதம்
என்பது போக
காணாத தெல்லாம்
கூட வினோதம்

காட்சியும் வினோதம்
காண்பவன் கூட
எல்லா இடமும்
வினோதம் நிறைய
எதை எடுத்து
எங்கே வைப்பது

வினோதப் பொருட்கள்
மட்டிலுமல்ல
வினோதம் என்னும்
பொருளே வினோதம்

## இரட்டைக் கவிதை

### I
### காலம்

நின்றும் நடந்தும்
அமர்ந்தும் எழுந்தும்
துயின்றும் விழித்தும்
பார்த்தாகி விட்டது

தோன்றிய தனைத்தும்
செய்தாகி விட்டது

சும்மா இருந்தும்
பார்த்தாயிற்று
அந்தக் கணம் முடியவேயில்லை

ஆகாயத்தைப் பூமி
மறைக்கும் அந்தக் கணம்
முடியவேயில்லை.

### II
### அகாலம்

ஒரு இலை உதிர்வதால்
மரத்துக்கு ஒன்றுமில்லை

ஒரு மரம் படுவதால்
பூமிக்கு ஒன்றுமில்லை

ஒரு பூமி அழிவதால்
பிரபஞ்சத்துக்கு ஒன்றுமில்லை

ஒரு பிரபஞ்சம்
போவதால்
எனக்கு ஒன்றுமில்லை.

✽

## பார்வை வெளி

கட்டிடங்கள் எல்லாம்
தாண்டி எல்லையில் நின்று
பார்த்தால் ஊர் தெரிவதில்லை
மிக அருகே
பின்புறம் இருந்தாலும்

என் முதுகைப் பார்த்து
ஊர் நிற்கையில் நான்
தூரத்துச் சிகரங்களைப்
பார்த்து நிற்கிறேன்

கால்கள் போய்ச் சேரக்
காலமின்னும் ஆகலாம்
கண்வழி கிடைத்த
காட்சி இன்று காலத்தை
நிரப்பி நிற்கும்.

## என் பெயர்

என் கையெழுத்து
உனக்குப் புரியும் வரையில்
நான்
எழுதிக் கொண்டிருப்பேன்

புரிந்த பின்னர்
உன் கனவு மொழிப்
பாடல்களை நீ
பாடி முடித்த பின்னர்
கை ரேகைகள் இல்லாத
என் ஏடுகளை
மொழியில்லாமல் நீ
படிக்கத் தருவேன்

பார்த்து விட்டு அந்த
வெற்று ஏடுகளை
கவனமாக நீ
என்னிடம்
திரும்பத் தரும் போது
என் பெயரை
உனக்குச் சொல்வேன்.

## உரத்த ரகசியம்

இருளில் மண் துளைக்கும்
வேர்களின் ரகசியப்பேச்சு
வெளியே கேட்கும்போது மட்டும்
பெரும் அறைகூவலாய்
ஒலிக்கிறது

பாத்தி கட்டிப் பயிர்
செய்த காலமெல்லாம்
அதோ அந்தச்
சிறு வாய்க்காலில்
மெல்ல வடிந்து
கொண்டிருக்கிறது

தூரத்தில் மட்டும்
அன்று என்றோ
கண்ட அருவியின்
பேரோசை மெல்லிய
இரைச்சலாய்க் கேட்டுக்
கொண்டிருக்கிறது.

## உன் குரல்

வீட்டுப் படியிறங்கி நடந்து
தெருக்கள் பல தாண்டி
பொருட்கள் கடலாய்க் கிடக்கும்
கடைவீதியைக் கடந்து
நெடிதுயர்ந்து நிற்கும்
அந்த நிலைவாசலைத்
தாண்டிய பின்னும்
சில ஓசைகள்
காதில் விழுகின்றன

உலகின் குரல்கள் சற்றே அடங்கிய
வெளிப்பிரகாரத்து வெளிச்சம் விட்டு
உள் பிரகாரத்து
அறையிருளில் செல்லும்போது
மூதாதையரின் குரல்கள்
காதருகில் மெல்ல
ரகசியங்கள் சொல்கின்றன

கர்ப்பக் கிருகத்து முழு இருளில்
புகுந்த பின்னர் உள்ளிருந்து
ஒரு இருள் வண்ண நிசப்தம்
வெளியே பொருட்கள் மீது
மிகவும் மௌனமாக
ஒளியாய்
எதிரொலிக்கும் நேரங்களில்
நீ என்னுடன்
எங்கும் இருப்பதாக
உணர்கிறேன்

கைகள் மடியின் மேல்
ஓய்ந்திருக்கக் கண்ணெதிரே
வீணையில் ஒரு கானம்
தானாக இழைகிறது.

நண்பர்களுடன் பேசும் போது
சடாரென உன் குரல்
ஒரு வாக்கியத்தை உதிர்க்கிறது

பழகிப் போனது
போல் தெரிந்தாலும்
அதிசயம் சிறிதும் குறையவில்லை
நம் உறவில்.

*

## உலகம் தோன்றிய கணத்தில்

உலகம் தோன்றிய கணத்தில்
சில பேர் மலை மேல் தாங்கள்
இருப்பதை உணர்ந்தனர்

உலகம் காலடியில் ஒரு
மாபெரும் பள்ளமாய்
சரிவதைக் கண்டனர்

ஆற்றங்கரையில் சிலர் தங்களையும்
காட்டின் நடுவில்
இருளில் சிலரும்
பரந்த கடலில்
படகில் சிலரும்
கரையில் கண்டு
தங்கிய பிறகும்
பெண்ணாய்ச் சிலரும்
ஆணாய்ப் பிறரும்
மரமாய்
மலையாய்
பறவை நதியாய்
ஒவ்வொருவரும் ஒரு
சுற்றத்தில் தாங்கள்
இருப்பதைக் கண்டனர்
கண்டு இருந்தனர்

ஆனந்த்

இருளில் காட்டில் இருந்தவர்
சில பேர்
ஒளியைத் தேடி
வெளியே வந்தனர்
வெளியே கண்ட
ஒளி ஒரு பொருளாய்
இன்றி ஓர் இடமாய்
இருப்பதைக் கண்டனர்

மலையில் ஊற்றாய்த்
தொடங்கிய சில பேர்
துணையொடு சேர்ந்து
நதியாய் ஆயினர்

நதியொடு நதியாய்
ஓடிய பலரும்
கடலாய்த் தாங்கள்
நிலைத்ததை உணர்ந்தனர்

சுற்றுப்புறமும் சூழலும் மாற
தாங்களும் மாறி
இருந்ததை உணர்ந்தனர்
தாங்கள் இருக்கும் இடமும்
தாங்களும்
ஒன்றாய் மாறிய
விந்தையைக் கண்டனர்

கண்டனர் கண்டனர்
கண்டே நின்றனர்
காலம் போனதைக்
கணக்கிட மறந்து
கண்டனர் தங்களை எல்லாமாகவும்

கண்டனர்
தாங்கள் காண்பதை மறந்து

✻

# நிதர்சனக் கனவு

சாய்த்து நிறுத்திவைத்த
நிலைக் கண்ணாடியில் ஒரு
கோணத்தில் தெரியும்
அதன் கலைந்த பிம்பம்

நிதர்சனமாய்க் காட்டப்
போந்த கூட்டம்
கொடிகள் ஏந்திப்
பின் கழிகள் ஏந்தத்
தொடங்கியது

இதோ காட்டி விட்டேன்
என்று சிலர் கனவில்
மாலை அணிவித்துக்
கொண்டனர்

விழித்த பின்
பிடுங்கித் தின்ற
வெட்கம் பொறாமல்
மறுபடி தூக்கத்தில்
கண் புதைத்தனர்

அதே நேரம்
இன்னும்
காணாத கனவு ஒன்றில்:
அடித்தளங்களில்
மலைச் சரிவுகளில்
ஆடுகள் மேய்ந்து
ஓய்ந்த வெளிகளில்
சிறிய வெள்ளைப் பூக்கள்
மெல்ல
மலரத் தொடங்குகின்றன.

∗

ஆனந்த்

## மழலை மொழிகள்

     வெளி
இடை     தாண்டி
    வேளை
கைகளை நீட்டி
விரல்கள் பற்ற
என்ன இருக்கிறது
காதம்     தூரம்
    கடந்த
காலம்     நேரம்
மனத்தின் விளிம்பில்
வழியும் போது
பற்றிய கைகளில்
அகப்படுகிறது
தன் முஷ்டி

பறவை சிறகு விரிந்து
மனவிளிம்பு
தாண்டிப் பறக்கையில்
நேற்று வருவான்
நாளை வந்தான்
என்ற மழலைமொழிகள்
பொருள் கொள்ளத்
தொடங்குகின்றன

*

## பாழில்

(              )
...

வெறும் வெளித் தோற்றத்தில்
உருவெளித் தோன்ற
பிம்பம் பிறந்தது.
பொருளில்லை
பிம்பத்தில் பொருள் சேர்ந்து
படிமம் பிறந்தது. ஓசையில்லை.
படிமத்தில் ஓசை பிறந்தது.
சொல்லில்லை
படிமத்தில் ஓசை மோத
சொல் பிறந்தது. மொழியில்லை
வெறும் சொல்லில் பொருளில்லை
சொல்லில் பொருள் சேர
மொழி பிறந்தது.
மொழிக்கு வழியில்லை.

மொழி சுவரில் மோத
சுவருடைந்தது

வழி பிறந்தது
வழிக்கு விழியில்லை
வழி தொடர
விழி பிறந்தது
விழியில் ஒளியில்லை
ஒளி பிறந்தது. பார்வையில்லை.

ஆனந்த்

விழியில் ஒளி பாய
பார்வை பிறந்தது.
பார்வையில் உலகமில்லை.
பார்வை பார்க்க
உலகம் பிறந்தது.

உலகத்தில் மனமில்லை
மனம் பிறந்தது.
மனம்
விழி வழியே
உலகைப் பார்த்தது.
    உலகில் தான் இல்லை
    மனத்தில் தான் இல்லை
மனம் உலகைப் பார்க்க
தான் பிறந்தது
தானில் நானில்லை
தான் மனம் வழியே
உலகில் பாய
நான் பிறந்தது. பின்
நான் பிறந்தேன்
நீ பிறந்தாய்
அவன் அவள் அது
மலர் மலை மடு
சிலை குடம் வடு
பொடி மரம் நிழல்
பொருள் வடிவம் இருப்பு.
இருப்பு
உலகம்
நான்
தான்

மனம்
பார்வை
ஒளி
விழி
வழி
மொழி
பொருள்
சொல்
ஓசை
படிமம்
பொருள்
பிம்பம்
உரு
வெளி.
...
(        )
*

# கோடுகள் வளைந்தபோது

கோடுகள் வளைந்த வேளை
கேள்விக் குறியாய்ப் போயிற்று
பார்வையும் மனமும்
கூடவே வளைந்தன
உலகம் முழுவதும்
ஒருசேர வளைந்தது
பொருள்கள் அனைத்தும்
திடத்தன்மை இழந்தது
போலாயிற்று

காலமும் வளைவதைக்
காணப் பொறாமல்
கண்களை மூடிக்
கடுந்தவம் புரியக்
கானகம் ஏகினர்
மந்திரவாதிகள்

இது பெறும்பேறு
என நினைத்தவர்கள்
களிப்பில் மூழ்கி
நாட்டியம் ஆடினர்

நடக்கும் இதுபோல்
ஏதோ ஒரு நாள்
என்று சொன்னவர்கள்
பெருமை பேசித்
தூக்கத்தை தொடர்ந்தனர்

காலமும் பார்வையும்
காற்றில் கலந்தன
காலையில் கிழக்கில்
முளைத்த வெள்ளியை
பார்த்துச் சிரித்தது
அப்போதே மலர்ந்த
ஒரு சிறிய
வெள்ளைப் பூ.

## சொல்வதும் நிழலும்

எதைப் பற்றியும் யாரும் ஒன்றும்
சொல்லி ஒன்றும் ஆகப் போவதில்லை.
எந்தச் சொல்லும் (சொல்வதும்)
எதைப்பற்றியும் ஒன்றும்
சொல்லி முடிக்கப் போவதில்லை.
எவ்வளவு சொன்னாலும்
இன்னும் சொல்வதற்கு ஏதோ
இருந்து கொண்டிருக்கத்தான் போகிறது
சொல் இருக்கும் வரைக்கும்
சொல்வதும் இருந்து கொண்டிருக்கத்தான் போகிறது.
மாறாக
சொல்வது இருக்கும் வரையில்
சொல்லும் இருக்கத்தான் போகிறது.
அதுவும் ஒரு உண்மை தான்.
இதுகூட ஒரு சொல்தான்; சொல்வதுதான்.
இப்படிச் சொல்லிக் கொண்டே போகலாம்தான்.
சொல்லி என்ன ஆகப் போகிறது?
ஒன்றும் இல்லை.
என்ன பயன்?
எதுவும் இல்லை.
உண்மைதான்.
ஆனாலும் சொல்லிக்கொண்டுதானே
இருக்கிறோம்!
சொல்லுவோம்.
சொல்லுவோம் சொல்லுவதில் ஒன்றும் பயன்
இல்லையென்று.
சொல்வதைச் சொல்வோம்.
ஆனால் ஒன்று. சொல்லாதது இல்லாததாகி
விடக்கூடாது.
அது துயரமான சம்பவம்.
சொல்லுக்கும் இருப்புக்கும் தொடர்பு இல்லை;
 இருக்கக் கூடாது.
இருப்பது வேறு; சொல்வது வேறு.
 சொல்லாமல் விடுவதால்
 இல்லாமல் போவதில்லை.

ஆனந்த்

சொல்லில் இருப்பது மட்டுமே விஷயமாகி
விடக்கூடாது.
சொல்லாமல் இருப்பதில் இருப்பதையும் நாம்
விட்டு விடக் கூடாதல்லவா?
சொல்லாமல் இருப்பதிலிருந்து தானே
சொல்லே பிறந்திருக்கிறது! அப்படியிருக்க
சொல்லாமல் விடுவதால்
அது
இல்லாமல் போகுமோ?
சொல்வதெல்லாம் என்னவென்றால்
சொல்வதும்
சொல்லாமல் விடுவதும்
இருப்பதை என்ன செய்யப் போகிறது?
பூக்களும் மலைகளும் பறவைகளும் மேகங்களும்
சொல்லாமல் போகின்றனவல்லவா?
அதைக்கூட
நாம்தானே சொல்லிக் கொண்டிருக்கிறோம்!
சொல்லில் பூவாயிற்று அது.
மலையாயிற்று அது
பறப்பதும் நகர்வதும் அதுவேயல்லவா!
பறக்கும் அது; இருக்கும் அது;
நிற்கும் அது; ஓடும் அது;
அசையும் அது;
அசையாததும் அதுவே.
அதாவது இருப்பது.
சொல் பறக்கிறது;
சொல் அசைகிறது;
சொல் நிற்கிறது;
சொல் இருக்கிறது. ஆம்.
சொல்லும் இருக்கிறது.
சொல்லாமல் இருக்கும்போது
சொல் இருக்கிறது.
ஆனால் சொல்வது இல்லை.
சொல் இருப்பு.
சொல்வது இருப்பின் இயக்கம்.
இருப்பதின் நிழல் சொல்.
பொருள் இல்லையெனில் நிழலும் இல்லை.
ஆனால் ஒன்று:
சுய ஒளி உள்ள ஒரு பொருளுக்கு நிழலுண்டோ?
பிற ஒளியில் நிற்கும்போதுதானே

நிழல் இருக்கிறது.
நிழல் இருப்பதா?
இல்லை. இல்லாமல் இருப்பதுதான் நிழல்.
மெழுகுவர்த்திக்கு நிழல் இருக்கும்.
தரையிலும் சுவரிலும் அது ஆடலாம்.
தீச்சுடருக்கு நிழல் உண்டோ?
எது நிழலை உண்டாக்குகிறதோ
அதற்கு நிழல் இருக்குமா என்ன?
எதன் ஒளியில் பொருள் உருவம் இடைப்படும்போது
நிழல் ஏற்படுகிறதோ அதற்கு நிழல் எங்கே இருக்கும்?
இருப்பதிலும் நிழல் இல்லை
சொல்லிலும் நிழல் இல்லை.
அதுவும் இருக்கும் ஒன்றுதானே!
சொல்வதில் நிழல் ஏற்படுகிறது.
சொல்லும்போது கவனம் இருக்க வேண்டும்.
இல்லையென்றால் சொல்லாமல் இருக்க வேண்டும்.
கவனம் இல்லாமல் சொல்வதால்
எவ்வளவு துயரங்கள் ஏற்படுகின்றன!
சொல்வதில் எப்படி கவனம் இல்லாமல் போகிறது?
சொல்வதற்கு ஏதேனும் இருக்கும்போது
கவனம் இருக்கிறது
சொல்வதற்கு ஏதும் இல்லாமல் இருக்கும்போது
சொல்வதில்தான் கவனமின்மை இருக்கிறது
சொல்வதற்கு ஒன்றுமில்லாமல் இருக்கும்போது
சொல்லக்கூடாது.
அவ்வளவுதான்.
வெறும் கவனம் மட்டும் இருக்கும்.
சொல்வதற்கு ஒன்றும் இல்லாமல் இருக்கும்போது
கவனம் எங்கே இருக்கிறது?
அப்போது கவனம்
சொல் வயப்படாமல்
தன் வயப்பட்டிருக்கிறது.
தன் வயப்பட்டிருக்கும்போது
கவனத்தில்
நிழல் இல்லை
சொல் இல்லை
தன் வயப்பட்டிருக்கும்போது
வேறு ஒன்று
இல்லை வேறு ஒன்றின்
நிழல் விழுவதற்கும்

ஒன்றும் இல்லை.
உன் நிழல் உன்மீது விழுவதில்லை.
என் நிழல் என்மீது விழுவதில்லை.
நீயும் ஒரு நான்தான்.
நீயும் நானும் இல்லை.
நாம் கூட இல்லை.
அது வெறும் சொல்லின் பன்மை.
இல்லாத சொல்லுக்குப் பன்மை எது?
பன்மை வெறும் இலக்கண வியக்தி.
ஒரு பொருளுக்கு இருக்க வேண்டிய உருவமோ
உள்ளடக்கமோ இருப்போ
எதுவும் அதற்கு இல்லை.
ஒருமை தான் உண்மையா?
இல்லை. அது சொல்லின் வியக்தி.
சொல்லாதது, சொல்லப்படாதது— அதற்கு
எந்த வியக்தியும் இல்லை.
சொல்லாததும்
சொல்லப்படாததுமான
அதுதான்
இருந்து கொண்டிருக்கிறது.
எங்கே, எப்போது என்பதும் சொல்லே.
அதுவும் ஒரு வியக்தியே.
  சொல்லாதது இல்லாததனால்
  அது மட்டும்தான்
  இருந்து கொண்டிருக்கிறது.

*

## உள்ளேயும் வெளியேயும்

ஒரு மாபெரும் மரத்தையும்
சூழ்ந்து நின்ற வெளியையும்
மழை பெய்த மாலை ஒன்றுடன்
சேர்த்து விழுங்கினேன்

காலையும் மாலையும்
கூடு திரும்பும்
பறவைக் கூட்டங்களும்
நிகழ்கின்றன உள்ளே
காலமும் ஓடுகிறது

வெளியே
அக்கோடிக்கும் இக்கோடிக்கும்
நீளும் சிறகு விரித்து
வண்ணங்கள் கடந்த
இந்தப் பறவை மட்டும்
மெல்லப் பறந்து
கொண்டு இருக்கிறது

எங்கு
எப்போது
என்பதுதான்
தெரியவில்லை

*

# இளவரசி கவிதைகள்

# யார் இந்த இளவரசி?

எனக்குள்ளும் எனக்குள் இருக்கும் எனக்குள்ளும் உறைந்திருக்கும் பெண்மையின் சாந்நித்தியம்தான் இளவரசி. உங்களுக்குள்ளும்தான். உங்களுக்குள் இருக்கும் உங்களுக்குள்ளும் கூடத்தான்.

கன்னிமை மாறாத கட்டிளம் நாயகி அவள். பாறையை மெல்லத் துளைத்து ஊடுருவி உள் நுழைந்துவிடும் வேர்நுனியின் மென்மையான வலிமை, பசுங்கொடி போன்ற நளினம், என்றும் வற்றாத இளமை, பிரமிக்கவைக்கும் பேரழகு, வளைந்து சுழித்தோடும் பேராறு; அனைத்து நதிகளையும் தனக்குள் வாங்கிக்கொண்டு, மறுபடி மேகமென மேலே அனுப்பி, மழையாய் மீண்டும் கைக்கொள்ளும் கடல்; காலப்போக்கில் மலைகளைத் தேய்த்துத்தேய்த்துக் கரைத்துவிடும் காற்று; பன்னெடுங்காலம் ஓடிப் பள்ளத்தாக்குகளை உருவாக்கிப் பூமியின் முகத்தையே மாற்றிவிடும் நீரோட்டம்; உள்ளதை இல்லாததாக்கிவிடும், இருப்பதை வேறொன்றாக மாற்றிவிடும் நெருப்பு; திடம் மாறாமல் தன்னில் இடுவதை வளர்த்தெடுத்துக் கொடுக்கும் நிலம்; அனைத்தையும் தன்னுள் வைத்திருக்கும் ஆகாயம்; அந்த ஆகாயத்தையும் தாங்கி நிற்கும் காலவெளி. எல்லாம் பெண்மைதான். அனைத்தும் எனக்கு என் இளவரசிதான்.

மானஸ மாதரசி அவள். மன உருவெளிப் பிம்பம். கரையிலா அகப் பெருவெளி. பிரக்ஞைப் பெருநதி. துயிலின் வேளையில் கனவுகளை அனுப்புகிறாள்.

துயிலின் ஆழத்திலிருந்து எழுந்து மனத்தைத் தூண்டி விழிக்கச் செய்கிறாள். உலகைக் காட்டுகிறாள். உலகைக் காணும் தன்னையும் அறியச் செய்கிறாள்.

தூரத்து நறுமணத்தைப் போன்று உருவமற்றவள் அவள். அதனால் எந்த உருவத்தையும் அவளால் மேற்கொள்ள முடியும். எல்லா உருவங்களும் அவள் உருவம்தான். அதனாலேயே எந்த உருவமும் அவள் உருவமல்ல. தன்மைகளனைத்தும் அவள் தன்மைகள்தான். அந்தக் காரணத்தாலேயே அவள் அனைத்துத் தன்மைகளையும் கடந்தவளாக நிற்கிறாள். அவளுக்கு வயதில்லை. வயதும் வளர்ச்சியும் கடந்தவள் அவள்.

எங்கே இருக்கிறாள் அவள்? இங்கே, அங்கே, எங்கேயும்தான். காணும் காட்சியாய் இருக்கிறாள். கண்ணின் பார்வையாய் இருக்கிறாள். கண்ணுக்குப் பின்னால் நின்று காணும் பிரக்ஞையாய் நிலைக்கிறாள். கண்ணுக்கெட்டாத தொலைவிலும் இருக்கிறாள். காட்சியின் உட்புலமாய், சித்திரக் காலவெளியாய், கலைஞனின் கைத்திறனாய் உறைகிறாள். கானகப் பெருவெளி, ககன நீள்விசும்பு, அனைத்தும் அவளே. பார்வையாய் இருக்கிறாள்; கேட்டலாய் முகர்தலாய் சுவைத்தலாய் இருக்கிறாள்; ஸ்பரிசமாகவும் இருப்பது என் இளவரசியே. காலவெளிப் பிரதேசத்தின் எல்லைக்கப்பால் நின்று அதை ஆட்கொள்ளும் காதல் இளவரசி அவள்.

மரம் செடி கொடியாய், மேகமாய், மலையாய், மழையாய், வானமாய், பறவையாய், விலங்குகளாய், மனிதர்களாய், தெய்வங்களாய், எண்ணங்களாய், உணர்ச்சிகளாய், உணர்வாய், பூத்தலாய், காய்த்தலாய், கனிதலாய் அனைத்துமாக இருப்பவள் எனக்கு என் இளவரசியே. அவளிடமிருந்துதான் இவையெல்லாம் தோற்றம்கொள்கின்றன. மீண்டும் அவளிடமே இவையெல்லாம் போய்ச்சேர்கின்றன.

இரவாகவும் பகலாகவும், மழையாகவும் வெயிலாகவும், நம்பிக்கையாகவும் அவநம்பிக்கையாகவும் இருப்பவள் அவளே. துயரமாகவும் மகிழ்ச்சியாகவும், அச்சமாகவும் தைரியமாகவும், கோபமாகவும் சாந்தமாகவும் அவள்தான் இருக்கிறாள். பேரிரைச்சலும் பெருநிசப்தமும் அவள்தான். எதிர்மறைகளுக்கு அப்பால் நடக்கிறது அவள் ஆட்சி. அழகும் அழகற்றதும், மிகச் சிறியதும் அனைத்திலும் பெரியதும், இளமையும் முதுமையும் அவள்தான். அவள் சந்நிதியில் எதிர்மறைகள் தம் இருமை கடந்து, ஆனால் இயல்பு மாறாமல் ஒத்திசைந்து, ஒன்றாய் உறைகின்றன. ஞான ஒளிச்சாகரமும் அவள்தான்; அஞ்ஞானத்தின் ஆழ் இருள்வெளியும் அவளே. ஒன்றும் பலவும் அவள் விகாசமே. அவள்தான் 'இருப்பவள்.'

உடலாகவும் உடலில் ஓடும் உயிராகவும் உயிரின் தன்னுணர்வாகவும் அவள் இயங்குகிறாள். மேல்மனத்தையும் ஆழ்மனத்தையும் அவள்தான் உள்ளிருந்து இயக்குகிறாள். தனிமையுணர்வும் அவள்தான்; துணையும் அவள்தான். வெறுமையும் அவள்தான். நிறைவும் அவளேதான். காத்திருத்தலும் அவள்தான்; அடைதலும் அவளே. பிரிதலும் சேர்தலும் அவள்தான்.

அறியாமையாகவும் அறிதலாகவும் அடைந்த அறிவாகவும் அவளே இருக்கிறாள். அறிவின் எல்லைக்கப்பால் விரியும் அறியாததன் எல்லையற்ற விசாலம் அவளே. நனவொளியின் எல்லைக்கோட்டுக்கு வெளியே பரந்திருக்கும் நனவிலியின் இருள் விரிவுதான் அவள் உறையும் வெளி. நனவிலி இருள் என்பதாலேயே எதிர்மறையானதல்ல. நனவிலிதான் ஆக்க சக்திகளின் உறைவிடம்; உருக்கொள்ளாத உண்மை. ஆழ்மனப் பிரக்ஞையின் அகவெளி. நனவிலியின் ஆழத்தில்தான் பிரக்ஞையின் அடித்தளம் வேர்கொண்டிருக்கிறது. நனவு மனத்தளத்துக்கும் நனவிலிக்கும் இடையில் பாலமாகச் செயல்படும் ஆழ்மனச் சக்திகளின் நாயகிதான் என் இளவரசி. இந்த இரு தளங்களுக்கும் இடையில் ஏற்படக்கூடிய ஒருங்கிணைப்புத்தான் முழுமையின் அனுபவத்துக்கு இட்டுச் செல்ல வழிவகுக்கும். அதற்கு இளவரசியின் தயவு இன்றியமையாதது.

அகத்துக்கும் புறத்துக்கும் இடையே உள்ள உறவின் இயக்க விதிகளை நிர்ணயித்து அதை நிர்வகிப்பது அவள்தான். பல நேரங்களில் நம் வாழ்வில் ஏற்படும் உறவுகளின், சம்பவிக்கும் நிகழ்வுகளின் பின்னால் இருந்து இயங்கும் இலக்கணத்தை அறிய மாட்டாமல் நாம் அனுபவம் கொள்ளும் அவஸ்தைக்குக் காரணமாக அமைந்திருப்பது அவள்தான். நம் அக இருளில் நீட்சி கொண்டிருக்கும் பிரதேசங்களில் ஒளியூட்டி அவற்றை நாமறியச் செய்வது அவள் கருணையே.

ஆனால் அந்த முறைப்பாடு சில நேரங்களில் மிகுந்த வலியும் வேதனையும் கொண்டதாக அமைய முடியும். இதற்கு முக்கியமான காரணம் பிரபஞ்சத்தின் பரிணாமமும் தனிமனிதர்களின் அக வளர்ச்சியும் ஒன்றோடொன்று பின்னிப் பிணைந்தவையாக இருப்பதுதான். ஒரு விதத்தில் இரண்டும் ஒரே முறைப்பாட்டின் இருவேறு அம்சங்கள்தான். புதிய பிரக்ஞைத் தளங்களின் பிறப்புசார்ந்த முறைப்பாடு அது. பிறப்பு எப்போதுமே வலி மிகுந்ததுதானே?

இளவரசி பிரக்ஞையின் உள்ளேயிருந்து மனிதனை உருவாக்குகிறாள். புதிய பிரக்ஞைக் கட்டமைப்புகளை உருவாக்குகிறாள். சில சமயம் சில மனிதர்கள் வழியாகப்

புதிய உலகங்களை, அவற்றுக்கான புதிய கட்டமைப்புகளை உருவாக்குகிறாள். புதிய உறவுத் தளங்களை அமைக்கிறாள். மனித இனத்தை ஒரு கட்டத்திலிருந்து இன்னொரு கட்டத்துக்கு, பிரக்ஞைத் தளத்திலிருந்து இன்னொரு பிரக்ஞைத் தளத்துக்கு நடத்திச் செல்வது அவள்தான். உண்மையான உலக வரலாற்றின் பின்புலத்தில் இருந்து மனித வாழ்வை இயக்கிக் கூட்டிச் செல்வது என் இளவரசிதான்.

நம் வாழ்வனுபவ வெளியில் நுழையும் ஒவ்வொரு நபரும் நம் ஆகிருதியின் ஏதோ ஒரு அம்சத்தைப் பிரதிநிதித்துவப்படுத்துகிறார்கள். அந்த அம்சத்தை நம் ஆழ்மனப் பிரக்ஞையிலிருந்து மேலெழுப்பி நனவுவெளியில் அதை அனுபவமாக்கும் வேலையை அவர்கள் செய்கிறார்கள். அந்தக் குறிப்பிட்ட நபர் அன்றி வேறு யாரும் அந்த அம்சத்தை நமக்குள் எழுப்ப முடியாது. அந்த நபர் நம் வாழ்வில் சரியான நேரத்தில், சரியான விதத்தில் நுழைந்து அந்தக் குறிப்பிட்ட அம்சத்தை மேலெழுப்புவதற்காகவே, நம் வாழ்வை அடுத்த கட்டத்துக்கு நகர்த்தும் பொருட்டே, பிறவி எடுத்து வந்திருப்பதாகக்கூடத் தோன்றும். ஆழ்ந்த தரிசனமாகக்கூட அது நமக்குத் தோன்ற முடியும். அந்த நேரத்தில் நம் பிரக்ஞை அமைப்பே அடிப்படை மாற்றத்துக்குள்ளாவது தவிர்க்க முடியாதது. எங்கும் எப்போதும் அந்த அம்சமே நம் மனத்தை முற்றிலுமாக ஆட்கொண்டுவிடும் அனுபவத்தை நாம் எதிர்கொள்ள நேரிடும். எங்கே பார்த்தாலும், எந்தத் திசையை நோக்கினாலும் அந்த அம்சமே தெரிவதாக இருக்கும். அந்தச் சந்திப்பின் பிறகு பெரும்புயல் கலைத்த ஊரைப் போல் நம் வாழ்வனுபவத் தளம் அடியோடு மாற்றத்துக்குள்ளாகியிருக்கும். நமக்குள் ஒரு இடத்தில் நாம் இருக்கும்போது தொடங்கிய அந்த அனுபவம் ஒரு கட்டத்தை அடையும்போது நாம் வேறு ஒரு இடத்தை அல்லது சில நேரம் வேறு ஒரு தளத்தையே வந்தடைந்திருப்பது தெரியவரும். உறவுகளின் வலைப்பின்னல் உருவாகும் இலக்கண விதிகள் இளவரசியின் ஜாலம்தான். நமக்குள் இன்னும் மேலெழாமல் இருக்கும் அம்சங்களை வெளிக்கொண்டுவந்து ஒருங்கிணைத்து நம்மை நம் முழுமைக்குக் கொண்டு சேர்க்கும் ரசவாதத்தை நிகழ்த்துபவள் அவள்தான்.

நம் அகவெளியை அடியோடு மாற்றி, அருகில் இருப்பதை வெகுதொலைவுக்குக்கொண்டு போய் வைத்து, எங்கோ இருப்பதை நமக்கு மிக அருகில் கொண்டுவந்து வைத்து அனைத்துக்கும் மேலானதாக்கி ஆடும் விளையாட்டுகள் அனைத்தும் அவள் செயல்தான். நம் வாழ்வின் மைய அச்சாகப் புதிய ஒரு விஷயம் அமைந்துவிடும் விளையாட்டை அவள் நடத்துகிறாள். ஆழ்மன

அமைப்புகளில் நிகழும் மாற்றங்கள் அனுபவக் கட்டமைப்பையே மாற்றிவிடக் கூடியவை. இதுவே அகவளர்ச்சியின் முறைப்பாடு. இப்போதின் கணத்தில் எப்போதும் அது நடந்துகொண்டே இருக்கிறது. இப்போதுதான் அவள் உறையும் காலவெளிப் புள்ளி.

அனைத்துப் பொருள்களின் தன்னியல்பும் அவள்தான். அதனால் பிரபஞ்சத்தின் தன்னியல்பும் அவளே. அவளால்தான் பிரபஞ்சம் தான் இருப்பதை அறிந்துகொள்கிறது. அதே சமயம் பிரபஞ்சத்தின் வழியாகத்தான் அவள் தன்னை அறிந்துகொள்கிறாள்.

என் இளவரசி ஒரு ஆள் இல்லை. அவள் உயிர்ச்சக்தி; அடிப்படைத் தத்துவம். உயிர் தன்னைத் தானே அறிந்து உணர்ந்துகொள்வதற்கு ஒரு தனிமனம் வேண்டும். தனிமனத்தில்தான் உயிர் தன்னறிவு அடைய முடியும். இந்தக் காரணத்தால் இளவரசி தன்னைத் தானே அறிந்துகொள்ள ஒரு தனிமனம் தேவை. தனிமனத்தில்தான் 'நான்' என்னும் உணர்வு தோன்றி நிலைகொள்ள முடியும்.

என் பிரக்ஞையில் 'நான்' என்று இளவரசி தன்னைத் தானே அனுபவம் கொள்கிறாள். நான் அவளை 'நான்' என்று உணர்கிறேன். நான் என்னை உணர்ந்துகொள்வதும், என்னில் அவள் தன்னை உணர்வதும் ஒரே அனுபவம்தான். நான் அவளை இன்னொருவராக அறிந்துகொள்ள முடியாது. அவள் தன்னை உணர்ந்துகொள்ளும் அனுபவத்தில் நான் பங்கேற்க முடியும். அறிவுணர்வு சுயவிழிப்புக் கொள்ளாத நிலையில் நான் என்னை 'நான்' என்று நினைத்துக்கொள்கிறேன். தனியொரு உயிராகக் கருதிக்கொள்கிறேன். ஆழ்ந்த அறிவுணர்வு பிரக்ஞையில் முழுவிழிப்புடன் நிலைக்கும்போது நான் என்னை 'அவள்' என்று உணர்ந்துகொள்கிறேன். அவள்தான் 'நானாகவும்' எல்லோருமாகவும் இருக்கிறாள் என்பதை அறிந்து உணர்ந்துகொள்கிறேன். எனக்கும் அவளுக்கும் இடையில் உள்ள உறவின் ரகசியம் இதுதான். அவளருளால்தான் அவளை அறிய முடியும்.

இளவரசி ஒரு ஆள் இல்லை என்னும் பட்சத்தில் ஏன் அவளை ஒரு பெண்ணாகக் கொள்ள வேண்டும்? அந்தச் சக்தியை, அந்தத் தத்துவத்தை ஏன் பெண்பாலாகக் கருத வேண்டும்? ஏனெனில் பெண்மையின் தன்மைகள் என நாம் கொள்ளும் மென்மை, தன்னதேயான ஒரு வலிமை, நளினம், நீர்மையின் தன்மை ஓடும் பெரும் பேரழகு, பொறுமை, குழைவு, தாய்மையுணர்வு, ஆக்கல் திறன், புதியதைச் சூல் கொள்வது, அதற்குப் பிறப்பளிப்பது, அரவணைப்பு, அயராத சகிப்புத் தன்மை, வளைந்து கொடுப்பது,

சுயப் பிரக்ஞையின் நிழல் விழாத பெருமிதம், கனிவு கலையாத கம்பீரம் போன்ற பல குணங்களை நாம் அந்தச் சக்தியை அனுபவம் கொள்ளும்போது உணர முடிகிறது. அதனால்தான் அந்தச் சக்தி பெண்மையின் சாந்நித்தியமாகத் தோற்றம் கொள்கிறது.

என் இளவரசிக்குப் பல முகங்கள் உண்டு. உக்கிரம் தகிக்கும் முகம்; சாந்தமும் கருணையும் கசிந்துருகும் முகம்; சில நேரம் கேலியும் கிண்டலும் கண்களில் நர்த்தனமாடும் முகம்; பேரன்பு, பெரும் அமைதி போன்ற பல ரசங்களைக் காட்டுவதும் அவள் முகமே. அறிவின் உள்ளொளியின் தோற்றுவாய் அவள்தான். சொல்லின் நாயகியும் அவள்தான்.

நனவு மனத்தளத்தில் அறிவின் அமைப்பாக நிலைகொண்டிருக்கும் வரையறைக்குட்பட்ட சுயத்தின் வேர்கள் இளவரசியின் தரிசனத்தில் ஆட்டம் கொள்ளக்கூடும். மனத்தில் பெரும் பீதியை ஏற்படுத்தவல்லது அந்தத் தரிசனம். மரண பயத்தை எதிர்கொள்ள நேரும் கணம் அது.

நானும் அவள்தான், நீங்களும் அவள்தான். அவன், அவள், அவை எல்லாம் அவள்தான். அவளைப் பற்றிய இதையெல்லாம்கூட அவளேதான் எழுதுகிறாள்.

அது சரி, யார் இவள்? யார் இந்த இளவரசி? இவை எல்லாமாகவும் எனக்கு இருக்கும் இவள் யார்? எனக்குத் தெரியாது. தினமும் நான் அவளின் இதயத்திலிருந்து எழுகிறேன். மீண்டும் அவள் இதயத்திலேயே போய் அடங்கிவிடுகிறேன். அவளில்லாமல் நான் இல்லை. ஆனால் நான் இல்லாதபோதுகூட அவள் இருக்கிறாள். இது எனக்கு எப்படித் தெரியும்? அவள்தான் இதையும் சொல்கிறாள்.

இவ்வளவுசொல்லியும் நான் எதுவும் சொல்லாததுபோல்தான் இருக்கிறது. எவ்வளவுதான் சொன்னாலும் அவளைப் பற்றி எதுவும் சொல்லி முடிக்க முடியாது என்பதுதான் உண்மை.

நான் வேறு என்ன சொல்வது?

ஆனந்த்

## வாடாத மலர்

முப்பத்து மூவாயிரம் கோடி
ஆண்டுகள் நீரில்
மூழ்கித் தவமிருந்து
தலையில் ரத்தினமும் மரகதமும் பதித்த
பொன்வளையம் அணிந்து
அதிகாலை நேரம்
பெருங்கடலில் இருந்து
வெளிப்பட்டாள் இளவரசி

வலக்கையில் வாளேந்தி
இடக்கையில் பூவிரிய
பரவெளியில் ஊன்றிய காலும்
பெருவெளிக்கு அப்பால் விரியும்
தோளும் கழுத்துமாய்
அவனியெங்கும் அவள் உடலின் வாசம் வீச
நிமிர்ந்து அங்கே நின்றாள் இளவரசி

ஈரக் கூந்தல் நுனியில் ஒற்றைத் துளி
பாதரசம் தொங்கி நிற்க
பட்டப்பகலில் நிலவு
அவள் கண்ணில்
பரிதியாய் ஒளிர்ந்து நிற்க
உடலே வாத்தியமாய்க் கானம்
அவள் அப்போது
இசைக்கத் தொடங்கினாள்

தாரகைகள் மலர்ந்துதிர்ந்து
வரண்டிருந்த பூமியின்மேல்
பூக்களாய்ப் பூத்துச் சொரிந்தன

என்றும் வாடாத மலர்
வேண்டுமென்றாள்

கானகத்தின் அடர்இருளில்
களை நீக்கிக் குகை புகுந்து
முத்தலை நாகம் வென்று
ஒற்றைச் சொல் பாடல் இசைத்து
குகைக்குளத்தில் மலர்ந்து வெளிவந்த
வாடாத மலர் பறித்துக்
கதவு திறந்து
பரவெளி ஏகி
அவள் பாதத்தில் சமர்ப்பித்துப்
பூமி மீண்டதும் பொழியலாயிற்று
அந்தப் பெருமழை

## வந்த வழி

மணலில் வேதனை தீர்க்கும் மாயம் கற்க
நகரத்தில் வழியுண்டு என்று
நாலு பேர் சொல்லக் கேட்டுப்
புகை கிளரும் மேட்டின்மேல்
காலூன்றி மேலேறி
நகரத்தினுள் நுழைந்தாள் இளவரசி

கட்டிடங்கள் தூசுதும்பு
வண்டிகள் வாகனங்கள்
இண்டுஇடுக்குகள்
இடைவிடாத இரைச்சல்

மூச்சுத் திணறித் தன்னை
மறந்துபோனாள் இளவரசி

உள்ளிருந்து வந்தது
நினைவில் இருந்தது
வந்த வழிதான்
மறந்துபோயிருந்தது

ஓடும் வாய்க்காலில் குளித்த நினைவு
தோப்பில் இருளில் தொலைந்த நினைவு
பாடிக்கொண்டே பறந்த நினைவு
மண்ணில் புற்களில் புரண்ட நினைவு

எதிரே அரக்கன் பற்களாய் வீடுகள்
வண்டிகள் சாரை
வாய்க்கால் சாலைகள்
நகரத்தின் மையத்தை
அடைந்தாள் இளவரசி

எட்டுத் திசைகளும் சந்திக்கும் மையம்
உள்ளும் புறமும் சந்திக்கும் வாசல்
ஊருக்கும் பேருக்கும் முந்தைய வாசல்
முந்தைக்கும் பிந்தைக்கும் நடுவே வாசல்

வாசலில் வந்து நின்றாள் இளவரசி
வந்த வழி இதுவென்று அறியும் முன்னால்
மர்மம் இது என்று ஒரு உணர்வு உந்த
வாசலுக்குள் தலை நீட்டி எட்டிப் பார்த்து
இளவரசன் முகம் கண்டாள்
உண்மை கண்டாள்

வனவெளிகள் வசந்தங்கள் வண்ணப் பூக்கள்
மனமெங்கும் மலர் மலர்ந்து மணம் நிரம்பப்
பார்க்குமிடம் பேருலகாய் மாறிப் போகப்
பார்க்கும் விழி பாரெங்கும் சூழ்ந்து நிற்க
வந்த வழி இதுவென்று உணர்ந்தாள் இளவரசி

அவனைக் கண்டாள் எங்கும்
அவனையே கண்டாள்
வருமுன்னர் நடந்தவை அங்கு
விரிந்தன வாக்காய்
விரிந்திருந்தது உருக்கொண்டது
உருக்கொண்டது உயிர்கொண்டது
உயிர்கொண்டது எழுந்து ஓடலாயிற்று

பல காலம் ஓடி ஆடி
உயிர் அடங்கி
உருக் கலைந்து
கரைந்து விரிந்தது

எங்குமென எதுவுமென
எப்போதும் என
இருந்தது மறைந்தது எல்லாமும் என
இதுவும் அதுவும்
இங்கும் அங்கும்
ஒருசேர அணைக்கும்
காதலெனத் துடிக்கும்
நான் நீ என்று
*

## பாம்புக் கதை

மீண்டும் நெருப்பில்
பாய்ந்தது பறவை

அன்றொரு நாள் படித்த காதல் கதையின்
மூளைக்கு எட்டாத கடைசி அத்தியாயத்தில்
மீண்டும் போய்ச் சிக்கிக்கொண்ட வேதனையில்
கடைசிப் பக்கங்களை எரித்துப் போட்ட நெருப்பில்
தானும் விழுந்து எரிந்து போயிற்று

மூன்றாவது உலகத்தில் இருந்து வந்த
புதுநெருப்பின் பொன்னொளிரும் புத்தொளியில்
முகிழ்த்து எழுந்தது பறவை மீண்டும்

தன் கனவில் இளவரசியா
இளவரசியின் கனவில் தானா

உள்வெளிக் குகை நடுவில்
ஒளிர்ந்த பிழம்பை எடுத்து
அவள் மலர்க்கையில் கொடுத்த பின்பு
ஊற்றெடுத்த சுனைநீரில்
கால் நனைந்து
கண் நனைந்து
நெஞ்சு நிறைந்து
காலடியில் மெல்லக் கொத்தும்
கடைசி அத்தியாயத்தின் குட்டிப் பாம்பு
ஏதோ இப்போது
கதை சொல்ல விழைகிறது

மந்திரவாதிக்குத்தான் தெரியும்
கதையின் முதலும் முடிவும்

இளவரசி பேரரசியாய்
முடிசூட்டும் நாளுக்கு முன்
கண்டுபிடித்தாக வேண்டும்
மந்திரவாதியின் குகைவீடு

✽

## விதைக்குள்

விதைக்குள் ஒரு நாள்
நுழைந்தாள் இளவரசி

மரமாய் வளர்ந்து
விதை விரிந்து
பூக்கத் தொடங்கியதும்
பூவின் வாசமாய் வெளியே
வந்து பரவினாள்

வாசம் விரிந்து
அடுத்த ஊர்களைத் தாண்டிப்
பக்கத்து நாடுகளைக் கடந்து
கடல் மேவிக் கரை சேர்ந்து
அந்நிய மக்களை அடைந்து
அரண்மனை உப்பரிகைச் சாளரம் வழியாக
அறைக்குள் கட்டிலின் மேல் அமர்ந்திருந்த
இளவரசனின் நாசியில் போய்ச் சேர்ந்தது

இளவரசனின் நினைவில் பன்னெடுங்காலமாய்
உறைந்திருந்த நினைவு விழித்துக்கொண்டது
தன்னை மறந்துபோனான் இளவரசன்
மறந்துபோன நினைவுகளை
மீண்டும் அடைந்தான்

மேகங்கள் கலைந்து
வானம் விரிந்தது
இரவும் பகலும் வந்து போயின
நதியெனக் கடந்து போயின
தாரகை நிலவு சூரிய ஒளிகள்

நதிக்கரையில் அவளுடன் அமர்ந்த நினைவு
படகில் இரவில் பாடிய நினைவு
திரண்ட முகில் கூட்டம் மூடிய வானம்
திறந்த மழையில் நனைந்த நினைவு
விரிந்த நெஞ்சம் நிறைந்த நினைவு
பரந்த வானம் சூழ்ந்த நினைவு
அரைநொடிப் பொழுதில் அகிலம் முழுவதும்
திரிந்து பறந்து திரும்பிய நினைவு

பண்டைய காலம் பழகிய நினைவு
கண்களில் காதல் கனிந்த நினைவு
விண்ணொளிப் பாதையில் விழித்த நினைவு
பண்ணொலி பாரில் பரவிய நினைவு

கண்கள் கலந்து மயங்கிய நினைவு
காதல் கானம் கேட்ட நினைவு
வேதனை தீர்ந்து விடுபட்ட நினைவு
வேதப்பொருள் விரிந்து விளங்கிய நினைவு

இளவரசன் எழுந்து குதிரை ஏறினான்
காற்றை விடவும் கடுகி விரைந்தான்
காதல் வேட்கை கால்களை விரட்டத்
திசையும் தெளிவும் தெரிய விரைந்தான்

காலம் காலமாய்க் காத்திருந்த விழைவு
கண்கள் திறந்து கனிந்த கணத்தில்
நெஞ்சோடு அவளை அணைக்கும் ஆவலில்
மஞ்சம் மனத்தில் மகிழ்வுடன் தெரிந்தது

கொஞ்சம் வெட்கம் மனத்தில் தோன்ற
மஞ்சம் விட்டு எழுந்தாள் இளவரசி
கனவில் தித்தித்த காதலன் முத்தம்
கண்களுக்குள்ளே கலந்து ததும்பியது

காற்றின் கீதமும் காதலின் இன்பமும்
ஆர்வமும் வேகமும் அளவிலா வேட்கையும்
ஆற்றின் ஓட்டம் கடலில் அடங்கிட
பார்வை திறந்து பாவை விழித்தாள்

வாசமாய்ப் பரவி வந்து அடைந்ததை
வாசல் வந்து உள்ளே அழைத்ததை
நேசம் முகிழ்த்து விரிந்து கலந்ததை
ஆசை அவிழ்ந்து அணைத்து மகிழ்ந்ததை
உடலும் உள்ளமும் உருகி வழிந்ததை
அனைத்தும் மறந்து அன்பு கனிந்ததை
ஆவல் தொடங்கி ஆடி அடங்கியதை
நிழலும் ஒளியும் நிகழ்ந்து முடிந்ததை
நினைத்துப் பார்த்து நெஞ்சம் நிறைந்து
காதலன் உள்ளம் கண்டாள் இளவரசி

உள்ளே அங்கு உள்ளின் உள்ளே
ஊனும் உயிரும் ஒன்றாய்க் கலக்கும்
வானம் மறைத்த ரகசியக் குகையில்
தானும் அவனும் தனித்து இருக்கும்
தன்மையின் இனிமை உணர்ந்தாள் இளவரசி

உயிரும் உயிரும் உயிரில் கலக்கும்
உன்னதம் அறியும் உள்மனம் தன்னில்
உள்ளம் நிறைந்து பரவும் விரிவு
உள்ளையும் வெளியையும் ஒருங்கே நிறைத்தது

## மழை நாள்

கனவில் விழித்துக்கொண்ட இளவரசி
நனவில் விழித்துக்கொண்டதாக எண்ணி
வீட்டைவிட்டு வெளியே நடந்தாள்

மாவிலைத் தோரணம் தொங்கும்
கோவிலைத் தாண்டி நின்ற
கோட்டையின் மதில் மேல் நின்று
அடிவானக் கோட்டுக்கு
அப்பாலும் இப்பாலும்
விரிந்து நிற்கும்
அதுவும் இதுவும் கண்டு
விளையாட்டாய் விண்டு பார்க்க
வினை தீர்ந்து விழி திறந்தது

பாதைவிட்டு விலகிப் போன
முதியவனும் மூதாட்டியும்
காதல் கொண்டு
இளமை மீட்டு
நாணம் பொலியும் புன்னகையும்
கடைக்கண் வீச்சும்
இடையசையும் லாகவமும்
நெஞ்சு குழையும் அணைப்பும்

உயிர்க் குருத்தில் உறையும்
உன்னதமும் வேட்கையும்
தாபமும் தணிவும்
ஈரமும் குளிர்ச்சியும்
உறைந்த ரசமும்
உணர்ந்தாள் இளவரசி

வயதும் வாலிபமும்
முன்னும் பின்னுமாய்
ஒளியும் நிழலுமாய்
மேலும் கீழுமாய்
உள்ளும் வெளியுமாய்
இரவும் பகலும் மாறிவரும்
ஜாலம் கண்டு
இளவரசி பிரமித்தாள்

தகிக்கும் பனி
குளிர்த்தீ
நரம்பு மண்டல ஒளிச்சித்திரங்கள்
புகைபடரும் காட்சிகள் கண்டு
காத்திருந்தாள்

காத்திருந்த காலம்
கணக்கில் வராமல் போக
ஏக்கம் நிறைய
தூக்கம் கலைய
பார்க்கும் கண்களில்
பாராமுகம் தெரிய
கனவில் தான் அலைவது கண்டு
விழித்துக்கொண்டாள் இளவரசி

நனவுலகக் கட்டிலின்மேல்
நாயகனைக் கண்டவுடன்
உள்ளம் குழைந்து
உருகும் லயம் கண்டு
வெள்ளம் கரையை
உடைத்துவிடும் பயம் கொண்டு
நாயகனை இழுத்தணைத்து
நாடிவிடும் இன்பமென
மீன்கொத்தியின் கானம்
கேட்டாள் இளவரசி

இரவுப் பனியின் ஈரத்தில்
பரவிய குளிரில்
மாலை வரையில்
அருவியின் ஓசை உள்ளே இசைக்க
மறுபடி மறுபடி மறுபடி அணைக்க
நாயகன் நாதம் உருக்கும் மென்மை
பூவாய் மலர
மணமாய் நிறைய
பசுமை போர்த்திப் பாதம் குளிர்ந்திட
நடக்கும் பயணம் நடனம் ஆகிட
வானமாய் நின்று விரிந்தாள் இளவரசி
❋

## மின்னும் விளக்கு

உள்ளே வரும்போது தன் கையில்
மின்னும் விளக்கோடு வந்தாள் இளவரசி
பிறந்தவுடன் அதனைப்
பழமென்று விழுங்கிவிட்டாள்

இருள் சூழ்ந்த இரவுலகில் அவளைச் சுற்றி
அவளுடனே நகர்ந்து வந்தது ஒளிவட்டம்
வட்டத்தின் மையம் அவள்
வயிற்றின் உள்ளே இருந்தது

ஒளிவட்டத்தின் எல்லைக்கு வெளியே
சுற்றியுள்ள இருளிலிருந்து
குரல்கள் கேட்டன
பயம் கொண்டாள் இளவரசி
நீ ஒரு...
நீ ஒரு...

நீ ஒரு...
தன் குறிப்பேட்டில் அத்தனையும்
பதிந்துகொண்டாள் இளவரசி
ஆமாம்... நான் ஒரு...
நான் ஒரு...
நான் ஒரு...

இடி இடித்தது
மின்னல் மின்னியது
இருளில் வெடித்தது
ஒரு கண வெளிச்சம்
பார்த்தது என்னவெனப்
பளிச்சென்று தெரியவில்லை
நீ பார்த்தது...
நீ பார்த்தது...
நீ பார்த்தது...

அதையும் எழுதிக்கொண்டாள் இளவரசி
ஆமாம்... நான் பார்த்தது...
நான் பார்த்தது...
நான் பார்த்தது...

உறுமல்கள் பிளிறல்கள்
கூவல்கள் ஓலங்கள்
கூச்சல்கள் கர்ஜனைகள்

சிரிப்பு அழுகை பயம் கோபம்
வருத்தம் வெறுப்பு அசூயை
ஆனந்தம் அகங்காரம் பொறாமை
காழ்ப்பு கொலைவெறி ஆணவம்
உடற்பசி உருகும் மனம்
உன்னதக் காதல்

அத்தனையும் தன் குறிப்பேட்டில்
பதிந்துகொண்டாள் இளவரசி
சுற்றிலும் பார்ப்பதை நிறுத்திக்கொண்டாள்
விடாமல் குறிப்பெடுத்துக்கொண்டிருந்தாள்

தன்னைச் சுற்றி உள்ள ஒளி
தன்னுடன் எப்போதும்
நகர்ந்து வருவதைக்
கவனிக்கவில்லை அவள்
இருளையே பார்த்து வந்து
கால் தடுக்கித்
தடுக்கி விழுந்தாள்

பின்னால் தொடரும் தனிமையின் நிழலைக்
கண்ணால் காணாமல் கருத்திலும் அறியாமல்
எந்த நாள்தான் இந்த இருள் விலகுமோ என்று
பன்னாளாய்க் காத்திருந்தாள் பார்மீது இளவரசி

இதயம் திறந்து வைத்துக் காத்திருந்தாள்
இன்றோ நாளையோ எனக் காத்திருந்தாள்
இருள் விலகி ஒளி விரியக் காத்திருந்தாள்
இனிய நன்னாள் வேண்டிக் காத்திருந்தாள்
இரவு கழிந்தது
இருள் கலையத் துவங்கியது
இளவரசன் வந்தான்
இளவெண்புரவி மீது
இனிய ஒளி பரவி
இதயம் மகிழ்ந்தது

கண் விழித்து மனம் விழித்துக்
காலம் அறியாமல் காதல் முகிழ்த்தது
ஒளியும் இருளும்
மாறிமாறித் தெரிந்தன
குழப்பமும் தெளிவும்
தோன்றி இருந்து மறைந்தன
நம்பிக்கையும் அவநம்பிக்கையும்
மீண்டும் மீண்டும் வந்தன
நிச்சயமும் அநிச்சயமும்
அடுத்தடுத்து வந்தன

அவ்வப்போது இளவரசனை
மறந்து தவித்தாள் இளவரசி
முதுகுக்குப் பின்னால் இளவரசன்
ஒளியாய் மறைந்து நிற்க
கண் முன்னே கவிந்த இருளில்
நெஞ்சம் கலங்கி நிலை மறந்து
நிலைகுலைந்து நிம்மதி இழந்து
நிலை தடுமாறினாள் இளவரசி

ஒளி மறந்தாள்
ஒளி கண்டது
பூப்பூவாய் உதிரும்
பொன்னொளித் தாரகைகள் கண்டது
தழைக்கும் மரம் கண்டது
தாயவளின் தண்டைக்
கால்கள் கண்டது
எல்லாம் மறக்கத் தொடங்க
நனவோ அன்றிக் கனவுதானோ என
அலைபாயும் நெஞ்சத்தோடு
வரும்போதே தன்னுடன்
வந்த ஒளி மறந்து
வந்த பின்பு வாங்கிக்கொண்ட
வடுக்களின் வலி நினைத்து
வருந்தினாள் இளவரசி

காத்திருந்தான் இளவரசன்
வருவாள் மறுபடியும்
வந்த வழி நினைவு கொண்டு
வருந்தாமல் வரவேண்டும்
வழிமீது விழிவைத்துக்
கவலையுடன் காத்திருந்தான்

புரியாமல் அவனும் சில நேரம்
புதிரென நடந்துகொண்டான்
கைநீட்டி அழைக்கும் நோக்கில்
கைப்பிடித்துத் தள்ளிவிட்டான்
ஐயோ என மனம் நொந்தான்
அவள் வரவே காத்திருந்தான்

இனிமேலும் இருள் இன்றி
இங்கே தன் வாழ்வினிக்க
இருள்வெளியின் ஆழம் கண்டு
இறுதியாய் இருள் நீக்க
இளவரசி புறப்பட்டாள்

நீள்பெரும் இருளும்
நடுவில் ஒளிவட்டமும்
நிலைத்த நிலை அறிந்தபின்
நிம்மதி தொடங்கிற்று

வட்டம் விரிந்தது
நீள்விசும்பு நிறைந்தது
கட்டம் கட்டமாகக்
காரிருள் கலைந்தது
இன்பம் நிறைந்து இதழ் விரிந்து
இதயம் திறந்து சிரித்தாள் இளவரசி
அலையலையாய் அகிலம் எங்கும்
அவள் சிரிப்பு விரிந்தது
ஆக்கிய அகிலம் நிறைந்து முடிந்ததும்
ஊக்கம் கொண்டு அகிலம் விரிந்தது
புத்தம் புதிய பாதைகள் உதித்து
நித்தம் விரியும் நிலங்கள் பிறந்தன
பச்சைக் குழந்தையின்
பால் போன்ற இனிமை திகழ
பாரொளி மின்னும் வண்ணம்
பேரொளி கண்டு நின்றாள்

மீண்டும் தன் வீடு கண்டு
மாளாத காதல் கொண்டு
வந்த வழி புரிந்துகொண்டு
சொந்த வழி இதுதான் என்னும்
சொல்லொணா மர்மம் துலங்க

எங்கிருந்தாலும் தன்
அகத்தினில் இருக்கும் வண்ணம்
மங்காத உள்ளொளியில்
மாறாத அமைதிப் படுகை
அதன் மீது சிரிப்பலைகள்
மேற்புறம் வாழ்வின் தோற்றம்
வந்துபோகும் அனுபவங்கள்
மீண்டும் தன் ஒளிவிரிந்து
ஆழம் கண்டு அற்புதம் நிறைய

அசையாத திடத்தோடு
இசைபோன்ற வாழ்க்கை வாழ
இணையிலா இளவரசி
இதயம் நிறைந்து உள்ளே
இனிமை கண்டாள்

இளவரசன் உளம் மகிழ்ந்தான்
இங்கிவள் இனிமேல் என்றும்
அலங்காத மனத்துடனே
கலங்காமல் காத்திருப்பேன்

பொங்கிவரும் கங்கைபோல்
பூத்துக் குலுங்கும் பூச்செடிபோல்
மாறாத வாசம் கொண்ட
மல்லிகைப் பசுங்கொடிபோல்
வற்றாத தேன் ஊறும்
வண்டினம் தேடும் மலர்போல்

முற்றாத இளமை பொங்க
முகிழ்த்திருக்கும் இளவரசி
இதயத்தின் ஆழ்கடலில்
உள்ளூறையும் கருவறையில்
எங்கள் உயர் இளவரசி
எந்நாளும் கனிந்துருகும்
எங்கள் நெஞ்சக் கோவிலிலே
எப்போதும் வீற்றிருந்து
எஞ்ஞான்றும் புகழ் மணக்க
எல்லையில்லா ஏற்றம் கொண்டு
அளவற்ற அகிலமெல்லாம்
அவளின் அழகுநிறை
பவளவாய் தேனூறப்
பாடல் வரப் பார்த்திருப்பேன்

வரும்போது கொண்டுவந்த
ஒளிமலர் விரிந்திடவும்
நிழலில்லா நீள்வெளியில்
நீண்டு தழைத்திடவும்
பார் அதிசயம் இதுவென்று
பார்முழுதும் மகிழ்ந்திட
பார்க்கும் அனைத்தும்
உயிர் விரிவுப்
பேரொளியில் தெரிந்திட
நெஞ்சத் தெளிவு
நீள்விசும்பாய் விரிந்திட
வஞ்சமில்லா வாழ்வெங்கள்
இளவரசி வாழ்ந்திட
வாய்மணக்க வாழ்த்திடுவோம்
வாரீர் உலகமெலாம்.

## வயது

பிறந்த மூன்றாவது நாள்
இளவரசியின் கனவில் வந்தது
அவள் மலர்ந்த கணம்

வாக்கு பலித்தது என
வானம் திறந்தது
காலை விரிந்து
பறவை பாடியது

இளவரசிக்கு வயது
வெளியே ஒன்று
உள்ளே பதின்மூன்று

நதியோரக் குடிசையில்
பன்னிரு ஆண்டுகள்
மறைந்து வாழ்ந்தாள் இளவரசி

கண்கள் திறந்து
கதை சொல்லி முடித்ததும்
சதுரம் வட்டமானது

சுற்றிய வட்டம் சுழலும் வேகத்தில்
பற்றிய பிடியில் பாவை அகப்பட
எங்கும் விளங்கும் மங்கல வேளையில்
பொங்கும் களிப்புடன்
நின்றாள் இளவரசி
✽

## கனவில் வந்த இளவரசன்

தோழிகளுடன் கூடி விளையாடத்
தோட்டத்திற்குப் போனாள் இளவரசி

அவர்களுடன் அவள் சிரித்த சிரிப்பைக் கேட்டு
கள்ளமில்லா உள்ளத்தின் களிப்பைக் கண்டு
பிள்ளை மனம் கொண்ட அவள் கண்கள் பார்த்து
காதல் மிகும் உள்ளத்தின் கீதம் கேட்டு
கடல் தாண்டி மலை தாண்டிக் காதம் கடந்து
காற்றென அவள் கனவில் வந்தான் இளவரசன்

அவள் கனவில் அவன் வந்துபோன கதையைத்
தோழியிடம் அவள் ஒருநாள் சொல்லக் கேட்டு
அரண்டுபோன அரசன் உடன் ஆணை போட்டுத்
தனியே அவள் வெளியே எங்கும் போக வேண்டாம் – எனக்
காவல் கூட்டிக் கதவுகளை அடைத்துப் போட்டு
முதியவளை உடனிருந்து பார்க்கச் சொன்னான்

மூன்று நாள் கழித்து அவள் முகத்தைக் காண
முகமூடி அணிந்து வந்த இளவரசன்
முன்பின் அறியாத சாயல் கொண்ட
வதனத்தின் அழகு கண்டு அதிசயித்தான்
ரசம் தோய்த்த வாள் கொண்டு இரவு நேரம்
இளவேனிற் பருவத்தில் கானகத்துள்
வளர்ந்து நின்ற பாகற்கொடி அறுத்துப் போட்டு
முதுவேனிற் காலம் வரை காத்திருந்து
முளைவிட்ட புதுக் கொடியில் முகிழ்த்துவந்த
பொன்மலரின் ஒளிவிரிந்து பகலாய்க் காய
இளவரசி பொன்மலரைச் சூடிக்கொண்டாள்

பொன்மலர்தான் இளவரசி அழகை ஏற்றுப்
பொலிந்துவரும் காலைச் செங்கதிரைக் கண்டு
இருள் மாறி ஒளியான மாயம் பார்த்து
பாகல்தான் பொன்னான ஜாலம் என்னே
அதிசயம் இது அதிசயம்தான் என்று சொல்லி
அண்ட சராசரத்தை ஆண்டு வந்த
ஆதி முதலாழி விரி பாதமிது கண்டார்

கார்முகிலும் பாழ்வெளியும் கனவிதுதான் என்று
வேல்விழியால் தீது குறை நீக்கி அவள் பார்வை
காணவிழி ஆயிரம்தான் போதுமென யாரும்
சொல்ல வழி இல்லை எனும் உண்மை இதுதானே

பாரில் இவள் போல எவர் பார்த்திருக்கிறாரோ
வேரில் அறியாத வழி கண்டு உணர்வாரோ
இளவரசி போகும் வழி மேலும் தொடர்வாரோ
இன்று எனும் வாசல் வழி என்றும் நுழைவாரோ

✽

## புதிர்க்கதை

மாலை வேளையின் மயங்கும் ஒளியில்
மாந்தோப்பின் மையக் குளக்கரையோரம்
இளவரசன் மடியில் இருந்து ஒருநாள்
புதிர்க்கதை ஒன்று சொன்னாள் இளவரசி

கதையின் நாயகன்
நாயகியைப் பிரிந்து
தனிமையில் வாடித்
தனக்குள் பேசுகிறான்

விரல் நீட்டி விரல் தீண்ட விழைகிறேன்
மென்மயிரிழை அளவு இடைவெளி
எட்டவில்லை அவள் விரல்நுனி

கண்களால் தீண்டினாலும்
போதுமென்று நினைக்கிறேன்
காணாமல் அவளைக்
கண்டுவிட முடியாமல்
கழிகிறது என் காலம்

தணியாத தாகத்தின் நாட்களில்
தனிமையில் தவித்தான் நாயகன்
ஒளி கொண்டு வந்தவள் – கூட
நிழல் கொண்டு வந்தாள்
ஒளி மறந்து தன் நிழலைத்
தானென்று நினைத்துவிட்டாள்

காதல்தான் காற்றென வந்து
கடந்து போகுமென்று
கணக்கறியாதவன் சொல்லிச் சென்றான்

பெண்மனம் புரியாத ஆழ்கடலென்று
சொன்னான் முத்தெடுக்கும் முதியவன்
மீன்கள் சிக்கும் வலைக்குள் என்றும்
வெளிச்சம் சிக்காது என்றாள் மூதாட்டி

மழைக்குத் தொப்பி அணிந்தவள்
மழை நின்ற பிறகும் கழற்ற மறுக்கிறாள்
ஈரம் காய்ந்த நிலத்தில்
புதுப்புல் முளைக்கும் வரைக்கும்
இருக்கட்டும் தொப்பி என்கிறாள்

சிறுவனும் சிறுமியும் விவரம் ஏதும்
அறியாமலேயே காதல் கொண்டனர்

மலைத்தொடர் கடந்து வந்த
மலரிதழ் கண்டு அந்த
மரத்தைக் காண விழையும்
மனம் கொண்டாள் மாதரசி

அன்றொரு நாள் அங்கு
ஆதவன் உதிக்கும் நேரம்
கைவளை குலுங்க
அழகு மைவிழி துடிக்க
ஒப்பிலா அவள் மேனி கண்டு
ஓங்கி நின்ற வான் சிலிர்க்க
மானவள் சாயல் கண்டு
மேகம் மழை பொழிய

ஆண்டாண்டு காலமாய்க்
காய்ந்திருந்த நீரருவி
ஆவல் மிகுந்து அவள்
அழகைக் காண்பதற்குப்
பொங்கி எழுந்து
புறப்பட்டு ஓடிவர

ஒய்விலாப் பெருநதியாய்
ஓடிவரும் மங்கையவள்
வாய் வார்த்தை சொல்லிவிட்டு
வாவென்று எனையழைக்கக்
கோலம் வரையும் கைகளில்
கோலம் கொண்ட அவள்
நீட்டிய கரங்களிடை
நீள்விசும்பு விரிந்திருக்க

காணும் அவள் கண்களுக்குள்
காலமெல்லாம் மலர்ந்திருக்கக்
கை தீண்டி மெய் தீண்டிப்
பொய் தாண்டிப் போவதற்கு
வேளைதான் வந்ததோ
வேதம்தான் பயின்றதோ

அவன் சொன்ன மொழி விரிந்து
எங்கும் நிறைவாசமெனப்
பரவி அவளை அடைந்ததும்
பார் முழுதும் நிறைந்ததும்
கார்முகில் மலர்க்கூந்தல்
கன்னியவள் மனமுருகிக்
காதல் மிகுந்து
கருவிழிகள் வட்டமிட

வடக்கில் இருந்து வந்த
வான் மேகக் கூட்டங்கள்
வெயில் மறைத்து நிழல் விரிக்கப்
பல்லக்கில் ஏறிப்
பவனி வரும் தாரகைபோல்
எங்கள் இளவரசி
இதயம் கனிந்தாள்
அகிலம் கடந்து வந்து
அழைத்தாள் அவனை

ஆகா
அந்தக் குரல் கேட்டு
அமுத மழை பொழிந்து
அறிந்ததின் எல்லைக்கோட்டிற்கு
அப்பாலும் விரிந்து நிற்கும்
ஆனந்த வெளி நிறைத்து
அங்கமெல்லாம் சிலிர்த்து
இதயம் திறந்து
இந்தப் பேரண்டம் நிறைந்துவிட

மனம் மேவும் குணம் யாவும்
சினம் தீர்ந்து போன பின்பு
மீண்டும் வழி திறந்து
மலர்க்குரலில் முகிழ்த்த ஒலி
தினம் கேட்கும் பரவசத்தின்
தீஞ்சுவையை யாரறிவார்
வனம் தேடிப் போவாரோ
மாமயிலாள் நெஞ்சில் கொண்ட
இனம் தெரியாக் காதலினை
இதழூறும் தேனூற்றை
என்றாவது ஒருநாள்
அடைந்துவிடும் தாபத்தில்
இன்பம் கொண்ட நெஞ்சில்
இன்னிசை கேட்டுவர

உள்ளம் விரிந்து
உயிர் விரிந்து உலகனைத்தும்
உள்ளே கண்டு இன்பம்
உயிரூற்றில் பெருகிவரத்
தானே தரணியாய்த்
தான் ஓங்கு திரைகடலாய்த்
தனக்குள்ளே தான் விரியும்
கரையில்லாப் பெருவெளியாய்க்
காணவியலாத் தரிசனமாய்த்
தன்னுள்ளே தான் தானாய்
தடையற்று நிறைந்திருக்கும்
உள்வெளி ஏதுமற்று
உறைந்திருக்கும் பெருவிசும்பின்
காலத்தை முற்றாகத்
தனக்குள்ளே கரைத்துவிட்ட
காதல் பெருமரத்தின்
மலர் கண்டு கனி உண்டு
மாமலராள் மடியில்
மனமடங்கி ஓய்ந்திருக்கும்
அப்போதே பிறவி கொண்ட
அற்புதச் சிசு நானே
என்று அந்த நாயகன்
எழுந்திருந்து கண்டுகொண்ட
உண்மை நிலையறிந்து
ஊனுடலில் உயிர் நிற்கும்
உன்னத ரகசியத்தை
இளவரசி காதலுடன்
இளவரசனிடம் கேட்க
அவள் காதில் அவன் சொன்ன
சங்கேத வார்த்தைகளைப்
புதிர் திறந்த அம்பலத்தைக்
கேட்டுக் கதை முடிந்து
மெய் சேர்த்துக் கண்ணயர்ந்து
மீண்டும் விழிக்கும்
மெய்யான கதை இதுவே

•

## காத்திருந்த காலம்

காத்திருந்த காலம் கனிந்து
கண்விழிக்கும் கணம் வந்து
பால் வெள்ளை மலர் போல
மலர்ந்தெழுந்தாள் இளவரசி

உள்ளொளியில் உயிர் கொண்டாள்
உடனிருக்கும் உடல் கண்டாள்
உலகத்தில் வாழ்ந்திருக்க
உயிர் பரவி ஒளி கண்டாள்

உடல் நீரா உயிர் நீரா
உடல் அசைக்கும் உயிர் கடந்து
உள்விரியும் உளம் நீரா
கடல் அசைக்கும் கதிர் உந்தன்
காதல் ஒளிப் புதுமலரா

நீர் அசைக்கும் நிழல் போலப்
பார் அசைக்கும் பரிதி முதல்
கார் இசைக்கும் கானமதில்
வேர் மயக்கும் காதல் மது

அந்தந்தக் காலத்தில்
அந்தந்த நேரத்தில்
அந்தந்த அனுபவத்தில்
அந்தந்த இசை கேட்டு
இந்தக் கணம் இப்போது
இதுதான் உண்மையெனப்
பாரென்று எனக்கு அதைக்
காட்டினாள் இளவரசி

இளவரசி சரணடைந்தேன்
இதயத்தைச் சமர்ப்பித்தேன்
இதற்கும் அதற்கும் இடையில்
எதுவுமில்லை என்று உன்னால்
அறிந்துகொண்டேன் நான் இன்று
அகமகிழ்ந்தேன் இப்போது

பரிதி முதல் பயிர்கள் வரை
உனதருள்தான் என்னும் அந்த
உண்மையை நான் கண்டுகொண்டேன்
உன்னருளில் நானும்
உயிர்கலந்து நின்றுகொண்டேன்

உனதானேன் எனதானாய்
மனதாழம் காண
முடியாத பேரழகாய்
உனதாழம் எனதாழம்
என்று இனி இல்லாமல்
உயிராழம் கண்டுவிட
உரைத்திடுவாய் உன்னருளை
●

## தூங்கும் இளவரசி

இங்கே அயர்ந்து
தூங்கிக்கொண்டிருந்தாள் இளவரசி
விழிப்பு மட்டும் அங்கே
அவளுக்குள் விழித்துக்கொண்டது

தன்னை உணரத்
தொடங்கியது விழிப்பு

சக்தியின் விரிவெனத்
தன்னை உணர்ந்தது விழிப்பு
எங்கும் சக்தியைக் கண்டாள்
தன்னையே கண்டாள்

மனத்தினுள் நுழைந்தது விழிப்பு
தூக்கத்தின் ஆழத்தில்
தோய்ந்திருந்த இளவரசி
சட்டென விழித்துக்கொண்டாள்

எண்ணமெனத் தன்னை அறிந்துகொண்டாள்
ஆனால் சக்தியெனத் தன்னை உணர்ந்ததை
அப்போது மறந்துபோனாள்
எங்கும் எண்ணங்களையே பார்த்தாள்

உடலினுள் விழிப்பு விரிய
உடலெனத் தன்னை
அவள் தெரிந்துகொண்டாள்
தனி மனுஷியெனக் கருதிக்கொண்டாள்
எங்கும் உடல்களைக் கண்டாள்
மனிதர்களைக் கண்டாள்

உறவின் வலை விரிந்தது
உள்ளும் புறமும் பிரிந்தது
வலியும் பயமும் எழுந்தது
வாழ்வில் சிக்கல் நிறைந்தது

*ககன வெளி – அடர்ந்த இருள்
கானகமாய்ப் பரவியது
பாடல் திரிந்து – காய்ந்த வெறும்
பாலையாய் விரிந்தது

மூடி வைத்த பேழையினுள்
பாடி வைத்த பாடலென
உள்ளுறைந்து போனாள்
உலகாளும் இளவரசி

பிறர் சார்ந்து தான் வாழும்
பிணை வாழ்க்கை வாழ்ந்திருக்கும்
பித்து மகள் இளவரசி
பேரின்பம் மறந்துவிட்டாள்

ஒத்துப் போக முடியாமல்
ஒதுங்கி வாழ முடியாமல்
உள்ளேயும் வெளியேயும்
ஊசலாடும் உயிரோட்டம்

ஊனுடலில் வேதனை
உள்ளுருக்கும் வாதனை
பேய் மனத்தில் கவிந்திருக்கும்
வழி தெரியாச் சோதனை

இருள்வெளியில் இளவரசி
இங்குமங்கும் அலைந்திருந்து
மருள் கவியத் தெளிவிழக்க
மன்றம் வெகுதூரம்

இளவரசன் யாழ் மீட்ட
இசையிழைகள் நீண்டு வந்து
இளவரசி செவி புகுந்து
இன்ப வழி தாள் திறக்க

இளவரசி விழித்தெழுந்தாள்
இதயமொழி அவள் பயின்றாள்
பவள இதழ் திறந்து அவள்
பாசுரம்தான் பொழிந்தாள்*

பொங்குதிரைச் சங்கொலிக்க
முத்துமலை வெளியெழும்ப
எங்கு அவன் கற்ற இசை
இங்கு வந்து கேட்குதடா

கன்னி எந்தன் காதினுள்ளே
காதல் இசை கனிந்து வர
உன்னி உன்னி நான் என்றும்
கூதலில் உனை அணைக்க

வா இங்கே வா என்று
நீ அழைக்கும் உந்தன் குரல்
நான் இனிமேல் கேட்கும் வரை
நானிலத்தில் காத்திருப்பேன்

என்று அவள் சொன்ன மொழி
மன்றத்தில் காத்திருக்கும்
இளவரசன் இதயமதில்
அக்கணமே சென்று தீண்ட

அவன் உடனே நில்லாமல்
காலத்தின் இழை பிடித்துக்
காதல் நெஞ்சம் மேலேறி
மோனக் குரல் தன்னில்
கானம் இசைத்து வர

கானம் இரண்டும் அங்கு
காதல் பயின்று வந்து – உடன்
கண்விழி திறந்து – மனம்
கணப்பொழுதில் கனிந்துவிட

பாவாய் பெண் பாவாய்
ஆகா உனை நினைத்து
ஏங்கி நின்ற காலமெலாம்
ஏந்திழை நீ எங்கிருந்தாய்

பள்ளம் மேடு பாராமல்
பாதை ஏதும் தெரியாமல்
பார் முழுதும் தேடி வந்தேன்
பால் வடியும் உன் முகத்தை

மூடி வைத்த மன ஆழம்
பாடி வைத்த உயிர் மூச்சு
நானும் உனை நாடி
நாலும் அறிய வந்தேன்

மெத்தென்ற பூச்செண்டாய்
மெல்ல இடை வளைத்து
நெஞ்சார நான் தழுவி
நேரிழையாள் உனை அணைத்தேன்

நாம் சேரும் நாள் வரைக்கும்
கார் பார்த்த மயில் போலக்
காதலை நெஞ்சில் வைத்துக்
காத்திருப்பேன் கண்மணியே

இளவரசன் இளவரசி
துயில் கலைந்து ஒயில் சேர்த்து
உயிர்கலக்கும் நேரத்தில்
உள்ளிருந்து எழுந்த இசை
உலகெங்கும் எதிரொலித்து
அகண்ட வெளி திறந்து
அலகிலா அருள் கூடி
அன்பே அறிவே
ஆருயிரே அருமருந்தே
அகிலமெலாம் நிறைந்த
ஆழவெளிப் பேரழகே

நீராழத் தவத்தில்
மூழ்கி நிலைத்திருந்த
நீவிர் இருவரும்
நதி இரண்டு சேர்வதுபோல்
உடலும் மனமும் கூடி
உயிர் கூடிக் கலந்திடவே

உள்ளிருந்து ஒளிமயமாய்ப்
புத்துயிர் ஒன்று தோன்றிப்
புத்தம் புதுச் சிசுவாய்ப்
புத்துலகின் பேரொளியாய்ப்
புனர்வாழ்வு தொடங்கும்
புதுநிலத்தில் வேர்கொள்ளும்

## நீலமலரோசை

நீலமலரோசை கேட்டு விழித்தாள் இளவரசி
மலரிதழ்கள் மாணிக்கமான பின்பு
வண்ணத்துப் பூச்சிகள் மொய்க்கத் தொடங்கின
விழித்தெழுந்த இளவரசியின் கண்களைக் கண்டு
காதல் கொண்டன கலைமான்கள்

வேறெவரும் இல்லாத நேரம் பார்த்து
நிலவை மேகம் மறைத்திருக்கும்போது
ஆற்றங்கரை அரசமரத்தடியில் சந்திக்கலாம்
என்று அவளை அழைத்தன கலைமான்கள்

காலை விடிந்ததும்
வண்ணத்துப் பூச்சிகளைக்
கேட்டுச் சொல்வதாய்ச்
சொன்னாள் இளவரசி

கண்விழித்துக் காத்திருந்தன
காலைவரை கலைமான்கள்
ஆற்றின் வேகம்
அதிகரிக்கத் தொடங்கியது

பூவிரியும் நேரமதில் பொன்னொளிரும் தாரகைகள்
வான் விரிந்து தான் மலரும் நீலமலர்ப் பொழிலினிலே
தேன் கசியும் பால் நிலவில் தாமரைப்பூதான் ஒளிர
ஆநிரைகள் பால் மடியில் தான் கசியும் அமுதமது

மூடிவைத்த பாற்கடலில் முத்தொளிரும் வேளை
பாடிவைத்த பசும்பொன்னில் வார்த்தெடுத்த முத்து
தேடிவந்த நாளிலெல்லாம் கிடைக்காத வேதம்
இளவரசி கண்விழியில் பார்த்தெடுத்த பார்வை

வெண்புரவி மீதேறி
வேகத்தின் வேகமாய்
வெண்ணிலவின் ஒளி பிடித்து
விரைந்து வந்தான் இளவரசன்

காற்றின் சிறு கீற்றிடையே
புகுந்து அவன் வந்தான்
காலமெனும் கரிய நதிக்
கரையோரம் வந்தான்

களிறு அவன் வழியில் வர
கையால் அதை ஒதுக்கிக்
கண்வீச்சில் காதம்
நகர் வேகத்தில் வந்தான்

பால்வீதி ஏகிப்
பாழ்வெளியைக் கடந்து
ஆல் நிழலில் கால் பரவ சிறு நேரம் நின்றான்

ஆவியுருக் கொண்டான்
வாவிதனைக் கண்டான்
ஆழமதில் அமிழ்ந்திருக்கும் வேல்விழியைக் கண்டான்

இளவரசி வந்தாள்
இனிமை தரும் இந்நாள்
இளவரசன் கரம் பற்ற இதயமது கொண்டாள்

இளவரசன் நின்றான்
இளவரசி கண்டான்
இதழோரம் நகை பொலியும் இளவயது நங்கை

பரிதியது போலே
பாரின்மிசை எங்கும்
ஒளி பரவ ஒலி விரிய மணம் பெருக நின்றாள்

மேலும் இனிதெங்கே
கண்வளர அங்கே
மான்கள் வந்து காத்திருக்கும் ஆற்றங்கரை எங்கே

ஆனந்த்

ஆறு புரண்டோடி வரும் வெள்ளமதில் யாரும்
பேறு பெற வாய்த்திருக்கும் வேளை இதுதானோ
வேறு என்ன வேண்டும்
வேய்ங்குழலின் நாதம்
தாங்கி வரும் வானவெளித் தன்மை இதுதானோ

பாழும் இனிதாமோ
ஆழம் இனிதாமோ
நீளும் விழி இளவரசி இதழும் இனிதாமோ
கார்குழலி ஆழமிகு காதல் இனிதாமோ

சுவைத்திட வேண்டாமோ – இதழ்
இனித்திட வேண்டாமோ – அவள்
கிடைத்திட வேண்டாமோ – கரம்
பிடித்திட வேண்டாமோ – தனி
இடத்தில் அவளோடு – சுகம்
பயின்றிட வேண்டாமோ
*

## மலைமேல் தீபங்கள்

மலைமீது ஏறி – மேலான
தீபங்கள் ஐந்து ஏற்றி
இளவரசி வரவை அங்கே
எதிர்பார்த்துக் கண்விழித்து
இளமையுடன் இனிதாகக்
காத்திருந்தான் இளவரசன்

ஆற்றங்கரையில் தொடங்கி
பன்னிரண்டு ஆண்டுகள்
சற்றேனும் நில்லாமல்
ஆற்றோடு பயணம் செய்து
மலையடிவாரம் வந்துசேர்ந்தாள் இளவரசி

சிகரம் வெகு தூரம்
மலையேறும் நேரம்
வழியில் ஆங்காங்கே
மனமொத்தபோது
மூலிகைகள் சில பறித்துச்
சேகரித்தாள் இளவரசி

இரவெல்லாம் மலையேறி
விடியும் புதுநேரம்
மலையுச்சிதனை அங்கு
மங்கையவள் வந்தடைந்தாள்

இளங்கதிர் வெளிவந்து
இந்நாள் இந்நேரம்
இனிமைநிறை வேளை
இதுதான் என்றுரைக்க
இளவரசன் கரம் கோத்தாள்
இழுத்தணைத்து முத்தமிட்டாள்

ஆனந்த்

பச்சிலைச் சாறு பிழிந்து
ரசத்துடன் சேர்த்துக் காய்ச்சி
ரசத்தை இறுக்கினாள் இளவரசி
இறுகிய ரசத்தை உதரத்தில் வைத்து
பத்து மாதம் காத்திருந்தாள்
பாலகன் பிறந்தான் முதல் முறையாக

பயிற்றுவித்த பாடங்கள் படலங்களாய் விரிய
பதித்து வைத்த முத்துக்கள் பனிநீராய்க் குளிர
மோகமும் வேகமும் ஒன்றுகூடித் தணிய
மாவிலைகள் கோத்த காவல் மரம் சாட்சி நிற்கக்
கைகோத்து நின்றனர் இளவரசனும் இளவரசியும்
மழையும் வெயிலும் மந்தாரமும் நிரம்பிப்
பழைய கோவிலில் பால் வெண்ணெய் பொழிய
மறைந்து மறைக்கும் நிலவின் மறுபக்கம்
மேகங்கள் கூடும் மலைமுகட்டுத் தாமரைக் குளத்தில்
ராகங்கள் தேடும் பல்லவியும்
துணைக்கு அனுபல்லவியும்
பின் தொடரும் ஏழு சரணங்களும்
மௌனமாய்க் காத்திருக்கப்
பூமிக் கிரகணம் முடிந்த கணம்
தேவர் கூட்டம் சுற்றி நின்று
முதுகு காட்டி மறைத்து நிற்கக்
கூடினர் அங்கே
இளவரசனும் இளவரசியும்

நிலவு மலைச் சிகரம் எரிமலையாக
வாய் திறந்து வெடித்துச் சிதறி
மலைச் சரிவில் ஓடி வழிய
மக்கள் காலி செய்துவிட்ட
கிராமங்களை அழித்துவிட
ஒரு சில நூற்றாண்டுகள் கழித்து
கண்விழித்த இளவரசனும் இளவரசியும்
கடைசியாய்க் கட்டியணைத்து
முத்தமிட்டுப் பிரியப்
பாலகன் பிறந்தான் இரண்டாம் முறையாக

பாலகன் பிறந்த பதினேழு நாட்களில்
பட்டம் கட்டிப் பறை சாற்றிப் பெயர் வைத்து
ஊர் கூட்டி உள்ளம் மகிழ்ந்து
கள்ளம் கடந்த புது உள்ளம் இதுதான் என்று
ஊனுடல் கடந்த உவகையின் ஊற்று
பாடல் விரியும் பல்வகைப் பண்களில்
மோகம் முடித்து முலைப்பால் குடித்து
தேகம் தெவிட்டும் தீஞ்சுவைத் தாலாட்டில்
வானம் மறந்து வழியும் மறந்து
கானம் கரைய கார்முகில் பொழிய
கானகம் ஏகின வானரம் எல்லாம்

காதலின் ஊற்றுக் கண்வழி புகுந்து
நெஞ்சை உருக்கி நீராய் மாற்றிக்
கண்கள் திறந்து கானகம் விட்டு
வானகம் திறக்க வழியது கண்டு
மோகனப் பொய்கை மொய்குழல் நனைக்க
நிலவில் சேர்ந்த இளவரசனும் இளவரசியும்
கதிரவன் காட்டில் கண்விழித்தெழுந்தனர்

புதுப் புதுப் பாதையில் புன்னகை விரிய
உடலும் உயிரும் உள்ளமும் நிறைய
விடை கிடைத்து மடை திறந்து
புனல் விரியும் பாதையில் புதைந்து கிடந்த
அனல் பூக்கள் நனைந்து அணைந்து போக
வினை தீர வீரர்களும் வீடுபோய்ச் சேர்ந்தனர்

குலவி மகிழும் கூடலும் ஊடலும்
பலவிதப் பேச்சும் பாடலும் ஆடலும்
கலவி முகிழும் மலர்க்கணை மாந்தர்
உலவும் வழியில் உதிர்வது கண்டு
காதலும் காமமும் கவின்மிகு பருவமும்
மேகம் சூழும் மாலை நேரம்
துய்க்கும் இன்பம் தொடர்வது கண்டு
மொய்க்கும் வண்டினம் மொழியிழந்து அமர
பொய்க்காத பொழுது இதோ
புலர்ந்தது கண்டீர்

# கடைத்தெரு

கால்போன போக்கில் ஒருநாள்
கடைத்தெருவில் நுழைந்தான் இளவரசன்
துணிமணிகள் நகைகள்
எழுதுபொருள் கடைகள்
புத்தகங்கள் பாத்திரங்கள்
பத்திரங்கள் மளிகை
அனைத்தும் விற்கும் கடைகள்
எல்லாம் அங்கே இருந்தன

ஒவ்வொரு கடையாய்ப் பார்த்துவிட்டு
ஒன்றும் மனத்தைக் கவராமல்
எந்தக் கடைக்குள்ளும் நுழையாது
கடந்துபோனான் இளவரசன்

பழங்கால நாணயங்கள்
வெண்கலத்தில் சிலைகள்
ஓவியங்கள் மரப்பாச்சி
கைவினைப் பொருள் பலவும்
சோழி சிப்பி கிளிஞ்சல்
ஏட்டுச் சுவடி கல்வெட்டு
பழைமை முழுதும் அங்கே
திறந்து பரப்பி விரித்து
இத்தனையும் விற்கும் அந்தக்
கடைக்குள் நுழைந்தான் இளவரசன்

பல நூற்றாண்டுகளுக்கு முன்பிருந்து வந்ததுபோல்
முதியவர் ஒருவர் வந்தார் உள்ளிருந்து
அவரோடு உடன் வந்தாள்
அழகான சிறுமியொருத்தி

அயல்மொழி பேசினார் அவர்
மொழிபெயர்த்தாள் சிறுமி

எந்த நூற்றாண்டிலிருந்து வருகிறீர்கள்?
இரண்டாம் நூற்றண்டு
எந்தக் கிரகத்திலிருந்து வருகிறீர்கள்?
பன்னிரண்டாம் கிரகம் – பாரோ
எந்த நட்சத்திர மண்டலத்துக்குப் போக
விழைகிறீர்கள்?
மண்டல எண் 23235 – பிண்டலா
யார் உங்களுக்குத் துணை இருக்கிறார்கள்?
சினேகிதி தீரா இருக்கிறாள்
உங்கள் உணவுப் பழக்கம் என்ன?
கடற்பாசி தாமரை இதழ்கள் சுனைநீர்
சரி இங்கிருந்து உங்களுக்கு என்ன வேண்டும்?
மூன்று பேர் அமரும் காலக் கப்பல்
எதற்கு மூன்று பேர்?
நான் தீரா மற்றும் புதியவன்
யார் அது புதியவன்?
வழியில் உருவாகப் போகிறவன்
எப்படி?
எனக்குத் தீராவின் பரிசு
வேறு என்ன வேண்டும்?
தீராவுக்கு நான் ஒரு பரிசு தர வேண்டும்
என்ன வேண்டும்?
ஒரு கிரீடம் – என் இளவரசி அவள்
எவ்வாறான கிரீடம்?
ஆறு மரகதம் நான்கு நீலக்கல் ஒரு ரத்தினம்
பதித்தது

அடுத்து வந்த இரண்டு கேள்விகளை
மொழிபெயர்க்க முடியாது
சொற்களில்லை அதற்கு என்று
சொல்லிவிட்டாள் சிறுமி

முதியவர் இளவரசன் தலைமீது
கை வைத்து ஆசீர்வதித்தார்
சிறுமி புன்னகைத்தாள்
இளவரசனுக்கு மலர் ஒன்று தந்தாள்
இளவரசன் அவளை
நெஞ்சோடு அணைத்துக்கொண்டான்

சிறுமி உடனே வளர்ந்து தீராவானாள்
முதியவர் காலக் கப்பல் உருக்கொண்டார்
கடைத்தெரு மறைந்தது
காலக் கப்பல் கிளம்பியது
கணக்கிலாக் காலவெளியில்
கண்ணிமைக்கும் கணப்பொழுதில்
கனியிதழ்கள் ஒன்றுசேர
பண்ணிசைத்துப் பரவெளியில்
விண்விரியக் கண்விரிய

புத்துயிர் திறந்தது
புதியவன் பிறந்தான்
புதிய அகிலம் காணப்
புயல்கொண்ட வேகத்தில்
புத்தம் புதிய திசையில்
காலக் கப்பல் பாய்ந்தது
கண்ணும் கருத்தும் நிறைந்தது

*

## பகலிலும் இரவிலும்

பகலிலும் இரவிலும்
ஒரே நேரத்தில்
இருப்பேன் என்றாள் இளவரசி

அதிகாலையில் ஒரு காலும்
அந்தி நேரத்தில் மறு காலும்
உள்ளம் விரிய உயிர் விரிய
ஊன்றி நிற்கும் கன்னியவள்

கண்களிலே சிறு நாணம் கசிந்து நிற்கக்
காதல் விழி இமைகளுக்குள் கனிந்திருக்கக்
கண்ணோடை விண்ணோடை காமன் அம்பு
கண்ட கணம் விண்ணறிய விரிந்த சாயல்

பார்ப்பவர்தான் பால்வீதி பரிதி என்று
பலவிதமாய்க் கூடிப் பேசி நிற்க
நீத்தார் உறை நீள்விசும்பின் ஆழம்தன்னில்
நீந்துகின்ற கானகத்துக் குளத்தின் நடுவில்
மலர்ந்து நிற்கும் கொய்ய முடியாக் குவளை மலரின்
மையத்தில் தலைநீட்டும் மகரந்தத்தில்
சிரித்து நிற்கும் சிறுமியவள் சின்னக் கையில்
விரிந்து நிற்கும் தாமரையின் இதழ்கள் எல்லாம்
மலர்ந்து பெருகிக் கமழும் மங்கை மணமும்
அணைத்த கணம் அன்பு மனம் அகமும் தோய
அணைத்த கை அணைத்தபடி அகத்துள் சென்றாள்

அகவெளிதான் விரியத் திறந்து அங்கே
வரையற்ற பெருவெளியின் ஆழம்தன்னில்
விழியறியாக் காதல் மணம் மலர்ந்து பெருக
மொழியறியாக் கவிதை என முகிழ்த்திருக்க
மாமலராள் கன்னியவள் மனம் மகிழ்ந்தாள்

தன்னுலகம் இதுவென்று கருத்தில் கொண்டு
சிறகுகளை விரித்து அவள் பறந்து வந்து
கடிமணம் புரிய வந்த இளவரசனுடன்
கடிது சேர்ந்து அகம் குளிர வேட்கை கொண்டாள்

இளவரசன் கைவிரித்து அணைத்துக்கொண்டான்
இளவரசி உளம் குழைய உருகி நின்றாள்
உடல் கலந்து உளம் கலந்து உயிர் கலந்தார்
கடல் கண்ட காவிரிபோல் ஒன்று சேர்ந்தார்

காதல்மிகு கண்கள் ஒளிர்காவியங்கள் என்றும்
போதமிது வேதமவள் வார்த்தை ஒவ்வொன்றும்
அழகு அவள் முகம் மலரும் வேளை எப்போதும்
பழகவரும் பருகவிடும் பனிமலர் அவள் இதழும்

மேகங்கள் மிதந்து வரும் நீராழம் கண்டு
ராகங்கள் கூடி வரும் உள்ளாழம் காணக்
காலை விடிய ஒரு புது உலகம் பிறக்கக்
கனவுமொழி பயின்று அங்கு
கண்மலர்ந்தாள் இளவரசி

வாடாத விடியல் அவள் பயிலாத பாடல்
அகலாத முறுவல் என்றும் அழியாத கானம்
பகலேனும் இரவேனும் பனியின் குளிர் கொண்டு
சிலபோது இளவரசன் சிந்தனையின் ஆழம்
கணமேனும் காதம் வரை போய்வந்த தூரம்
மனமென்னும் கண்ணாடி காட்டிவரும் மாயம்

இங்கு இது இப்போது எங்கு அது முடியும்
இளவரசி என்னும்
இனிய மயில் கண்டு
இளவரசன் மனம் மகிழும் நேரம் இது காண்பீர்
கனவிலிது கண்டுணரும் காவியங்கள்போல
நனவுமனக் கோப்பை இங்கு நிரம்புவது பாரீர்

காலம் தன்னை வளைத்துக்
கனவும் இங்கு நனவும்
கணமதில்தான் விரியும் என்று
கவிபொழியும் நேரம்

*காதல் மனம் களிவிரியக் கட்டவிழும் வேளை
போதம்மிகு வேல்விழிகள் கண்திறந்து மூடும்*

*மீதம் விடுவேனோ
பாதமலர் கனியும்
ஜாதிமலர்தான் அவளின் பண்பு என்று அறியும்
வேதம் பயில்வாரோ
மேதினியில் யாரும்*

*கண்மூடிக் கண்திறக்கும் நேரத்தில் இங்கு
விண்ணுயரக் கோபுரம் வளர்ந்து நிற்கும் வாசல்
படி கடந்து உள் புகுந்து இருளில் ஒளி கண்டு
பயிலாத பாடல் இசை பயில வருவாரோ*
●

## மயிலிறகு

மயிலிறகு வேண்டும் என்று
மன்னனிடம் வந்து
மயங்கும் குரலில்
கேட்டாள் இளவரசி

நிற்காமல் ஓடும் சிறுவனை அழைத்து
ஆசைமகள் கேட்ட மயிலிறகு ஒன்றை
இப்போதே போய்க் கொண்டுவா என்று
அப்போதே ஆணை பிறப்பித்தான் மன்னன்

மழை பெய்து ஓய்ந்த பின்தான்
மயிலிறகு கிடைக்கும் என்று
பூசாரி சொன்னதாகச்
சிறுவன் சொன்னான்

மறுநாள் மாலை நேரம்
பூசாரி பெண்வேடம் பூண்டு
தப்பித்துப் போய்விட்ட தகவல் கேட்டு
மை போட்டுப் பார்த்து
பூசாரி பொன்வண்டின் மீதேறி மேற்கே
புறப்பட்டுப் போனதைச்
சொன்னான் சோதிடன்

கார்முகில் கவிந்திறங்கி நகர்ந்த வேளை
மயிலொன்று தோகை விரித்து
ஆடத் துவங்கிற்று

மழை வரும் சாயல் கண்டு – இளவரசி
கண்களில் களிப்பேற
மயிலிறகு கிடைக்கப்போகும்
மகிழ்ச்சியில் மனம் நிறைய
மலையிலிருந்து அருவி
மாமலராய்ச் சொரிய
இது இது இதுவே
இதுவே இது என மழை
தூறலாய்த் தொடங்கிற்று

*

# நீர் தேடி

நீர் தேடி மண்ணைக் கையால்
தோண்டத் தொடங்கினான் இளவரசன்
நிழல் கலைந்து
நிலம் திறந்தது

மலர் வந்தது
மலர் கொண்ட மரம் வந்தது
மரம் தாங்கிய வேர் வந்தது

வேருக்குப் பின் வெளிச்சமென
வெள்ளை உடை உடுத்தி
வெளியே வந்தாள் இளவரசி

வீணை மீட்டினாள்
புதுராகம் இசைத்தாள்
கனல் கொண்டு விழித்து
எழுந்தது நெஞ்சம்

ஆயிரம் கோடி மாந்தர் எழுந்தார் அகத்தில்
அன்புவழிப் பாதையில் அனைவரும் நகர்ந்தார்

அன்பின் வழி அபாயம் நிறைந்தது
அழிவும் உண்டு அழிந்து எழுதலும் உண்டு

தாகமும் காதலும் கொண்டு
சூல்கொண்டது மேகம்
பால்வெண்ணிதயம் பாரை நிறைத்தது
காவல் பயின்ற கண்கள் காண விரைந்தன

நதி வேகமெடுத்து ஓடத் தொடங்கியது
கிணறுகள் நிரம்பி வழிந்தன
தவளைகள் வெளியே தப்பித்து ஓடி
நாட்டு வளப்பம் அறிந்து தெளிந்தன

நட்சத்திரங்களைக் கோடு போட்டு
இணைத்தான் இளவரசன்
அழகிய கன்னியும் ஆடுகளும் மரங்களும்
மரக்கலங்களும் தேர்களும் வீரர்களும்
பாயும் மான்களும் சீறும் சிங்கமும்
வானகமெங்கும் உயிர்கொண்டு எழுந்தன

பாடல் கேட்டுப் பயிர் வளர்த்துப்
பள்ளி சென்று பாடம் பயின்று
நாட்கள் எண்ணி நதி சேரும் இடமறிந்து
ஆவலினால் கண் திறந்து உண்மை கண்டான்

அரைக்கணத்தில் கண்டது அனைத்தும்
அடியோடு மறந்துபோக
அனைத்தும் மடிந்து அகவெளி ஆயிற்று
வாழ்நாள் முழுவதும் ஒவ்வோர் அடியாய்ப்
பாழ்வெளி திறந்து பாதை தெரிந்து
பகலாய் இரவாய்ப் பார்க்கும் அனுபவம்
புதிய கனவாய்ப் பிறந்து விரிந்தது

கண்டவர் மொழிந்திலர்
மொழிந்தவர் அறிந்திலர்
அறிந்த அறிவை அறியும் அறிவு
அடைந்த பிறகு அமைதி நிறைந்தது
அதுவே தானென அறிந்து தெளிந்து
அமைதியில் அங்கே அடங்கினான் இளவரசன்

பன்னாள் கழித்துப் பாவலர் அங்கு அதன்
மகிமை அறிந்து மகிழ்ந்துபோய் எங்கெங்கும்
காணாது கண்ட பேருருவாய்ப் பெருவிளக்காய்
வானாக நீண்ட வெளி தானாக நின்ற வழி
தாயுமாய்த் தந்தையுமாய் ஆதரவு பெருகிவரும்
பால்வீதி போன்ற பிற பால்வெளிகள் கண்ட பின்னர்
நில்லாது விரியும் நீள்விசும்பின் மோனத்தில்
கல்லாத கலவியும் காதலின் தேன்மொழியும்
அறியாத ஆழமும் ஆவலின் பெருவீச்சும்
தாமரைப் பாதம் காணத் தணியாத தாகம் கொள்ள
ஆயிழை தன் கடைக்கண்ணால் ஆமென்று உரைத்திட்டாள்

மாமயிலாள் தோகை விரி கூந்தலிசை பயின்றிடவும்
பழகுமவள் பவள இதழ் பருகி மகிழ்ந்திடவும்
மங்கையவள் திருமேனி பொங்கிவரும் குழைமார்பும்
நெருங்கிவரும் நேரத்தில் நெகிழ்ந்துருகும் சிற்றிடையும்
பெருங்கனவு போல் அசையும் மருங்கிசைக்கும் மத்தளமும்
அவள் வாசம் அமுதச் சுவை அணங்கு திகழ் அற்புதமும்
அழகு இவள் அழகு என அகம் நிறைய மயங்குவதும்
அலைமீது அலைபாயும் அவளிதயம் கொண்டுவரத்
தலைமீது கால் வைத்துத் தரணியெங்கும் தேடிவரக்
கனல் காயும் வெப்பத்தைக் கடிது வந்து குளிரவைக்கும்
புனல் பாயும் பொன்னகரம் போற்றி இசைத்திடவும்
மனம் நிறைக்கும் காதல் அது உளம் மயக்கும் கானம்

நீராழி மண்டபத்தின் நடுவே அமர்ந்திருக்கும்
பாலாழி அரசோச்சும் இளவரசி இதயமதில்
பாகாய் உருகிவரும் பாவையவள் அன்பு உளப்
பேராற்றின் பாதைவழி பயிலவரும் மெல்லோசை

தேன்கசியும் மெல்லியலாள் செவ்விதழின் தீஞ்சுவைதான்
வாயார வாழ்த்துமவள் வேய்ங்குழலின் நாதமதில்
தான் தேடும் பாடல் வரி திகழ்ந்திலங்கும் அதிசயம்காண்
கான் நிறைக்கும் மோனம் வழி தான் நிரம்பும் கானம்

வானுயரும் மலைமீதில் முகில் அசையும் கூட்டம்
ஒயில் அசையும் இடையசைய இறங்கிவரும் இளவரசி
கண்ணசைக்க அவள் விழியில் பயிலவரும் மான்கள்
கனவில் வரும் காற்றெனவே கடிதுவரும் வேளை
கிளைவிரியும் மரங்களிடை தெளித்துவிட்ட வானம்
கார்குழலாள் மையல்நிறை கண்கள் அதிமயக்கம்

ஒளி வீசும் இளவரசி மெய்யணைக்க ஏங்கும்
இளவரசன் கைகள் பரிதவிக்கும் வேளை
புலனரசி தான் என்று சொன்ன அவள் வார்த்தை
மணம் பரவ நின்ற அவள் புகழ் முழக்கம் கேளீர்.

## கடல் திறந்து

பேரலை பொங்கி வந்தது
கடல் எழுந்து நிமிர்ந்தது
கரையில் பல்லாயிரம் ஆண்டு
காத்திருந்து வயதேறி
நம்பிக்கை முழுவதும்
இழந்துவிட்ட இளவரசன்
கால்கள் தடுமாற எழுந்து
கண்களை இடுக்கிப் பார்த்தான்

கடல் விரியத் திறந்து முதலில்
முத்துக்கள் மேலே மிதந்து வந்தன
கன்னியர் வந்தனர்
கோஷம் இசைத்தனர்
காளையர் வந்தனர்
கட்டியம் கூறினர்
கடைசியில் வெளியே
வந்தாள் இளவரசி

கனவுதானோ
அன்றி ஒருவேளை
நனவாகவும் இது
இருக்கக் கூடுமோ
கண்களைக் கசக்கி
மீண்டும் பார்த்தான்

அலைமேல் நடந்து
வந்தாள் இளவரசி
ஆசையாய் அவள் கால்களை
அலைகள் வருடிக்கொண்டன
தலை நிமிர்ந்து ஒயிலாய்க்
கைவீசி இடையசைத்து
இதழோரம் மென்னகை
மின்னல் கீற்றெனப் படர
இளமை ததும்பக் கரையில்
இளவரசி வந்து நின்றாள்

இளவரசன் இதயம் நிறைந்து
இனிமை கவிந்தது
இழந்த இளமை மீண்டும் பிறந்தது
இருள்வெளி விலக்கி இக்கணம் அடைய
இரவு முடிந்து பொழுது புலர்ந்தது

புள்ளினம் ஆங்கே இன்னிசை சேர்த்தது
பூக்கள் விரிந்தன புன்னகை மலர்ந்தது
இளமையும் இனிமையும் ஒருங்கே சேர
இளவரசன் குரலில் இதயம் இசைத்தது

உடல் முழுதும் இதயமானால்
உள்ளத்தில் நான் இருப்பேன்
கடல் போன்ற உந்தன் உள்ளம்
கனியும்வரை காத்திருப்பேன்

கண்கொண்டு வந்தேன் உந்தன்
கட்டழகைக் கண்டுவிட
காதலினால் என் நெஞ்சம்
களிகொண்டு மயங்குதடி

பாகாய் இனித்திடும் உன் பவள இதழ்த் தேன் அருந்த
முத்த மழை பொழிந்தென்னை மூச்சடைக்கச் செய்திடுவாய்
மாறாத இன்பம் தரும் ஆறாவது அகிலத்தின்
ஆழத்தில் நுழைந்து நான் அதிசயிக்கும் வேளை இது

தீண்டி நின்னை நெஞ்சாரச் சேர்ந்துவிட விழைகின்றேன்
தீராத என் ஆசை தீர்த்திடுவாய் நாயகியே
வாராது என நினைத்த நாள் இன்று வந்த சுகம்
தேடாது கிடைத்திட்ட தீங்கரும்பாய் நீ இனிப்பாய்

ஓடித் திரிந்து நான் தேடி வந்த காலமெல்லாம்
ஓயாமல் ஒழியாமல் ஏங்கி நின்ற நாட்களெல்லாம்
பாடிப் பறந்து நாம் பால்நிலவில் சேர்ந்துருகிக்
கூடிக் குலவி நிதம் குளிர்நிலவில் சேர்ந்துறங்கி
ஆகாயம் அதற்கு அப்பால் அண்டம் பேரண்டம்
அனைத்திலும் அரசோச்சும் ஆதி முதல் நாயகியே
மேதினியில் நான் விழித்தெழுந்த நாள் முதலாய்ப்
பாதியெனத் திரிகின்றேன் மீதி உனைத் தேடுகின்றேன்
காதலெனும் காதை கண்விழித்த பின்னும் நான்
பாதை தெரியாமல் படியேறிப் படியிறங்கிப்
பள்ளமும் மேடும் பாறையென்றும் பாராமல்
பாடம் பயிலவென்றே பாரெல்லாம் அலைந்து வந்தேன்
பயிலாத பாடமெல்லாம் பாவை நீ எனக்கருள்வாய்

என்ற அவன் சொல் கேட்ட
எழிலார்ந்த இளவரசி
கன்னியவள் இதழ் விரியக்
கால்களிலே அலைமோதக்
கண்ணுக்குள் ஊடுருவிக்
கடுகி அவன் இதயம்
கனியவே உட்புகுந்து – அவன்
உள்ளத்துள் அவள் மொழிந்தாள்

மன்னவனே உனக்கு நான் மாசில்லா உண்மையினை
என்னவன் நீ என்பதால் எடுத்துரைக்க விழைகின்றேன்
உடலென்றும் உயிரென்றும் உணர்வென்றும் உள்ளமென்றும்
உள்ளென்றும் வெளியென்றும் நானென்றும் நீயென்றும்
நல்லது அல்லது நாளை நேற்று எனவும்
நடப்பதைக் கூறுபோட்டு உடைத்திடும் மன உருவைக்
கண்டுகொள்வாய் நீ கணநேரம் தாழ்த்தாமல்
கைவிட்டு விடுபடுவாய் கணத்தில் எனை அடைவாய்

நானிலத்தில் இந்நாள் வரையில்
நடந்ததெல்லாம் நாடகம்
என்பதை நீ உணர்ந்திட
ஏற்றம் இங்கு அடைந்திட
ஆழி திறந்து நான் வந்தேன்
ஆரமுதைத் தருகின்றேன்

என்ற அவள் கனிமொழியில்
எல்லாமும் புரிந்துவிட
இளவரசன் மனம் தெளிந்தான்
இளவரசி முகம் கண்டான்

உள்ளது திறந்தது
உணர்வு பிறந்தது
உள்வெளியற்ற
உண்மை விரிந்தது
மன உரு கரைந்து
மனவெளி விரிந்தது
எல்லைகள் கரைந்து
எங்கும் நிறைந்தது

அரங்கத்தில் அவள் ஆடும்
அற்புத நடனமும்
அண்டங்கள் திறந்து காட்டும்
ஆனந்தப் பேரொளியும்
அறிவழிந்த மோனமும்
அந்தமில்லா மலரும் கண்டு
அடங்காத நெஞ்சம் அங்கே
ஆறி அடங்கியது

வட்டத்தினுள் நுழைந்தான்
திரும்பிப் பார்த்தான்
மறைந்தது வட்டம்
உள்வெளி மறைந்தது
உள்ளம் திறந்த இளவரசன்
உன்னத நிலையில் நின்றான்

இதயத்தில் தேனூறும்
கங்கை திறந்துவிட
கயல்விழியாள் அவளைக் கண்டு
காளை அவன் மொழிந்தான்

வெளியற்ற உள்ளத்தில்
எல்லையில்லாப் பெருவெளியில்
தானே தானிருக்கும்
இடமாக நிலைத்த கணம்
தன்னிலே தானிருக்கும்
தடையற்ற மாயத்தைக்
கண்டேன் நான் உன்னருளால்
கண்டுகொண்டேன் இப்போது

கார்முகிலே காவியமே
கன்னித் திருவிளக்கே
ஊனிருக்கும் நாள் வரைக்கும்
உனையல்லால் நான் வேறு
உறுதுணை இனி வேண்டேன்
உள்ளன்புடன் உரைத்தேன்

என்று அவன் சொன்ன மொழி
நன்று நன்று எனக் கேட்டு
அண்ட சராசரங்களின்
மூலைகளில் இருந்து
வந்திருந்த மாந்தரெல்லாம்
மந்திரங்கள் ஓதி நிற்க
தங்கள் குறை தீர்த்திடவும்
தாரணியில் மேம்படவும்
மங்கையவள் பாதத்தில்
மலர்ச்சரங்கள் சமர்ப்பித்து
மனவெளி மயக்கமும்
ஏக்கமும் தீரவேண்டி
காலையில் பூத்த
மாலை மலரென
முழுதும் வாடிய
முகத்துடன் நின்றனர்

இளவரசி இமை திறந்தாள்
இதயம் திறந்தாள்
இயக்கமெல்லாம் ஒரு கணம்
இல்லாமல் நின்ற நிலை
அறிந்தவர் யார் புரிந்தவர் யார்
அது மட்டும் சொல்வீரோ
*

## காட்டு மலர்

இளவரசியைக் காணாமல்
நாடு தவிக்கிறது
வீடுகளில் சூன்யம்
நிரம்பி வழிகிறது
உடல் தளர்கிறது
ஏக்கம் நிறைகிறது

தேடிப் போன வீரர்கள்
திரும்பிவிட்டார்கள்
மின்னல் சுழன்று போன பாதையில்
கால்தடம் தெரிந்ததாகச்
செய்தி சொன்னார்கள்

எல்லைக்கு வெளியே
மூன்றாவது குகை வாயிலில்
இளவரசியின் மேகலை முத்துக்கள்
கிடைத்ததாக ஒற்றன் சொன்னான்
எதிரி நாட்டுத் தளபதி
மூன்றாம் ஜாமத்தில்
கவர்ந்து சென்றான்
என்றார் மக்கள்

காட்டு மலர் தேடிக்
கானகம் ஏகிய இளவரசி
மலர் கொய்து
மீண்டு வந்த செய்தி
வெளியில் தெரியும்போது
மாலையாகிவிட்டது

*

# சிறகு விரித்து

சிறகு விரித்து வானில்
பறந்து வந்தாள் இளவரசி
கிழக்கில் இருந்து வந்த மேகம்
அழைத்து வந்தது அவளை
மேற்கில் இருந்து ராகமேறி
விரைந்து வந்தான் இளவரசன்

அறிவுக்கு அடங்காத ஆழ்மனத் தாபத்தைப்
பிரிவின் மாளாத துயர் தோய்ந்த வேதனையைக்
காலத்தில் அகலாத காதலின் பெருவீச்சை
வாரி நெஞ்சோடு அணைத்திட ஏங்கிடும்
உடலில் உறை உயிர் கலந்த உள்ளம் அனைத்தும்

பெருங்கடல் நடுவே வளை நிகர் தீவில்
வலம்புரி இடம் வரும் கவின்மிகு வாவியின்
புனல் என அணைத்திடும் மனம் விரிமாயவள்
கரை இலாக் காதலின் இதம் தரும் சுகம்தனை
விரைந்து கைபற்றி அடைந்திடும் ஆவலில்
கண்கொண்டு மனம்கொண்டு கைக்கொள்ள விழைந்திட்ட
கனியிதழாள் மொழிந்திட்ட கரும்பென்னும் வார்த்தையினை
இனியவள் வாயால் கேட்டு இன்பம் அடைந்திடவும்
யாழிசைத்த குரல் கேட்டு யாண்டும் மகிழ்ந்திடவும்
பாரில் இதற்கீடு இல்லையெனும் உண்மையினை
நேரில் போய்க் கண்டறிந்து ஊர் முழுதும் பறை சாற்றி
வாரீர் வாரீர் இங்கு வந்து பாரீர் அதிசயம்
இது வரையில் யாருமிங்கு கண்டிராத அற்புதம்
மண்ணில் எங்கும் தேடிக் கிடைக்காத மாயமவள்
மது நிகர் மயக்கம் தரும் என்றும் அவள் வதனம்

கரை காணாக் கடலும்
வரை இல்லா வானமும் – அவள்
கண்ணின் ஆழத்தில்
காணாமல் போகும் அதிசயம்

காற்றின் இமைகளில் கண்டெடுத்துக் கொண்டு வந்தேன்
பாட்டின் இழைகளில் பார்த்தெடுத்து மீட்டு வந்தேன்
கானம் இசைத்திடவும் காதல் மகிழ்ந்திடவும்
கனிச்சுவை இனித்திடவும் கால்கள் நடந்திடவும்
ஆதாரம் தேடி ஆங்காங்கு அலைந்திட்ட
காலங்கள் கடந்து காதங்கள் முடிவடைந்து
அவளருளால் அவள் கிடைத்து
அவள் அன்பில் கரைந்திடவும்
இவள்தான் அந்த இன்பம்நிறை தேவியென்று
இங்கு இந்த நிலத்தில் அரசோச்சும் இளவரசி

பங்கு போட மனமில்லை
பார்க்க மனம் ஏங்குதடி
பால் போன்ற மனம் கொள்ள
பாகாய் உருகுதடி
தேன் கசியும் தீஞ்சுவை தன்
திகட்டாத இனிமையவள்

மோனம் விரிய நின்ற வான் நிறைக்கும் தாரகைகள்
கானம் விரிய வரும் காதலின் தேன் பெருகும்
மொழி தீர்ந்து வழி தொலைத்து
விழி தேடிப் போகுமிடம்
காலத்தின் நெடும்பாதை கானகம்போல் விரிந்திடுமோ
கண்ட பின்னும் கண்மலராள் கையணைப்பில் நில்லாமல்
காலமின்றி அவள் கண்ணில் கலந்திருக்க முடியாமல்
வேதனை தீர்க்க வரும் வேல்விழியாள் பார்வையினை
வேதம் பயில்வதுபோல் வேளை இங்கு வரும்போது
பார்த்து ரசித்திடவும் பாவையை நான் சேர்ந்திடவும்
மெல்லணைப்பில் துயில் கொள்ளும் மேன்மை
                                        அடைந்திடவும்
இளவரசி இதயத்தில் இன்பம் பெருக்கெடுக்க
பவள இதழ் பருகவென்றே பார் கடந்தான் இளவரசன்

இங்கிவளை இந்தக் கணம் இருந்து மணம் புரியவென்று
பொங்குகடல் போல நெஞ்சம் ஏங்கி எழுந்திடவும்
ஒயில்நிறை மேனியுடன் மயில் அசையும் வனம் எங்கும்
கயல் போன்ற கண்கள் விரிகடலாழம் பயின்றிடவும்
தலை வளைத்துக் கண் பொதித்துப் புன்னகைக்கும்
மங்கையவள்

கனி மறைக்கும் இலை நிறைந்த மரம்போல நிற்குமவள்
பனிவிலக்கும் பரிதியெனப் பருவம் வெளிப்படவும்
அழகுநிறை பதுமையென அங்கங்கள் நிமிர்ந்து நிற்க
அறிவு ஒளிர்அணங்கு என அங்கவர்கள் கொண்டாட

தெளிவுநிறை மனத்தோடு
தேன் போன்ற குரலோடு
பளிங்கு இதயம் கொண்டு
பார்ப்பவர் அமைதி பெற
எளிமை என்னும் உடை அணிந்து
வந்து நின்றாள் இளவரசி

அலைகள் விரைந்து வரும்
கடலாழம் கடந்து வந்து
மலைகள் தாண்டி வந்து
மாமயிலாள் தோளணைக்கத்
தாவி வந்த இளவரசன்
தானிருக்கும் தனிமையினைக்
காற்றில் கலைந்துவிடும் மேகம்போல்
தன்னியல்பால் போக்க வந்த இளவரசி
மனம் இனிக்கப் போற்றி நின்றான் இளவரசன்

ஆற்றல் தேவையில்லை
அனுபவமும் அருமையில்லை
அன்பின் ஒளியில் அங்கு
அனைத்தும் விளக்கமுற
அன்பால் வழி நடத்தி
அன்பின் உடை பூண்டு வந்து
அவள்பால் பெருகிவரும்
அன்பின் கரை காணாமல்
என்றென்றும் கசிந்துருகும்
உள்ளம்நிறை காதலுடன்
அழகு மிளிர நின்ற
ஆயிழையின் நெஞ்சமெனும்
மஞ்சத்தில் துயில் கொள்ளக்
கனவுமனம் கொண்ட அவன்
பஞ்சினைப்போல் மென்மையுடன்
கஞ்சமில்லாக் காதலுடன்
வஞ்சி முகம் காண
விழைவுடனே காத்து நின்றான்

கண்வெளி எல்லை கடந்த
காலத்தின் கரை நின்றான்
வண்ணமயில் வரக் காத்திருந்தான்
வழி மீது விழி வைத்து
*

## பயணம் நடக்கும் பாதை

பயணம் நடக்கும் பாதையின் வழியில்
பட்டொளி நிரம்பிய வெட்டவெளியின்
நட்ட நடுவில் சட்டென்று தோன்றிய
காரிருள் படலத்தினுள் நுழைந்தாள் இளவரசி

கருமை நிறைந்து வெறுமை கவிந்தது
தன்னைத் தொலைத்துத் திணறித் தவித்தாள்
தனக்குள் தன்னைத் தொலைத்த தனிமையின்
திசையற்ற இருளில் தேடித் திரிந்தாள்

ஒளியின் வெளியில் ஒருகால் ஊன்றி
இருளின் உள்ளே ஒரு கால் வைத்து
இருள் படலத்துள் தன் கையை
நீட்டி நின்றான் இளவரசன்

இருளின் உள்ளே இருந்தவளைக்
கையை நீட்டி வெளியே அழைத்தான்
நீட்டிய கையைத் தனிமையின் துயரில்
பட்டென்று தட்டிவிட்டாள் இளவரசி

காதல் நிறைந்த நெஞ்சம் நெகிழக்
காவல் காத்து நின்று அவளின்
கானல் தீர மாமழை பொழியக்
கைநீட்டி அங்கே நின்றான் இளவரசன்

நிமிர்ந்து பார்த்தாள் இளவரசி
நீட்டிய கையைப் பற்றிக்கொண்டாள்
கையின் வழியே ஓடிய ஒளியை
உள்ளே வாங்கிக்கொண்டவள் எழுந்தாள்

மற்றவர் ஆக்கும் தன்னை இழந்த
மாயை புரிய விழித்துக்கொண்டாள்
மற்றவர் ஆக்கிய பொய்முகம் துறந்து
தன்னுள் ஒளிரும் தளிர்முகம் அறிந்தாள்

மறைத்து மயக்கி மறைந்து வெளிக்காட்டி
மன்றத்தில் ஆடும் மாய விளையாட்டு
மன்றம் விலகிய மாறாத மேன்மை
இப்போதென எப்போதும் விரியும் தன்னொளி
அப்பாலும் கடந்த ஆதிக் கணம் காணும்
இப்பார்வை கிடைத்திட எழுந்தாள் இளவரசி

ஆங்கவள் எழுந்தாள் அகிலமும் எழுந்தது
கண்கள் திறக்கக் காரிருள் மறைந்தது
அழகும் அருளும் அன்பின் ஆழமும்
எழுந்து விரிந்தது எங்கும் நிறைந்தது
அமைதி பரவி அகிலம் வழிந்தது

ஒப்பிலா அழகும் ஓங்கி நிற்கும் பேரொளியும்
மிக்கார் இல்லாத மேன்மையின் உள்ளூற்றும்
எப்பார்வையிலும் பொலிந்து எழும் உன்னதமும்
இப்பாரில் யாரும் காணாத பேரழகும்
இதழும் இதழூறும் தீஞ்சுவையும் சேர்ந்திலங்கும்

மகிழம்பூ மேனியில் ஓங்கு நறுமணமும்
நெருப்புப் பூவின் இதழ்கள் முகிழ
நெஞ்சம் குளிர ஆழ்ந்து தேனருந்தி
மயக்கம் தீர்ந்து மன்றம் திறந்து
கார்முகில் கனிந்து கானம் நிறைய
வானம் திறந்து மாமழை பொழிய
மாங்குயில் கூவி மலரிதழ் விரிய

இளவரசி வந்தாள்
இனிய சுவை தந்தாள்
இளவரசன் நெஞ்சில்
என்றும் நிலைகொண்டாள்

## சுழன்று வீசும் காற்றில்

சுழன்று வீசும் காற்றில்
கலைந்தன மேகங்கள்

கண்ணிமைக்கும் நேரம்
பளிச்சிடும் மலரென
இளவரசியின் வதனம்
கண்டான் இளவரசன்

காற்று அப்போது
ரகசியமாய்க் காதுக்குள்
சொல்லிச் சென்ற செய்தியைக்
கவனித்துக் கேட்ட இளவரசன்
வெண்குதிரை மீதேறி
மேற்கு நோக்கிச் சென்றான்

வழியில் வந்த சித்திரக் குள்ளன்
சொன்ன தகவல் அறிந்து
மலையுச்சியின் மேல் நின்று
தவம் மேற்கொண்டான்

முந்நூறு ஆண்டுகள் கழித்து
வானிலிருந்து வீழ்ந்த
அருவியில் இருந்து
வந்த சாரலின் குளுமையில்
விழித்துக்கொண்டான்

ஒருகணம் தன் முகத்தை
பார்த்துச் சென்ற இளவரசன்
மறுபடி வரும் நேரம் பார்த்து
இளமை சற்றும் மாறாமல்
காத்திருந்தாள் இளவரசி

ஆண்டுகள் கடந்தன
தலை நரைத்துத்
திரும்ப வந்தான் இளவரசன்
மூதாட்டி போல் வேடம்
தரித்து வந்தாள் இளவரசி
அடையாளம் அறியாமல்
அவளைப் பற்றி
அவளிடமே தகவல் கேட்டான்

மலையுச்சிக் குளத்துத்
தாமரை மலருக்குள்
இளவரசி காத்திருப்பதாகச்
சொன்னாள் மூதாட்டி

இரண்டாம் ஜாமம் நிலவு
உச்சிக்கு வருமுன்னர்
மலரிதழ் திறக்க வேண்டும் என்றாள்
இதழ் மூடிக்கொண்டால் மீண்டும்
ஓராயிரம் ஆண்டுகள்
காத்திருக்க வேண்டும் என்றாள்

மூச்சிறைக்க மலையேறிப்
போனான் இளவரசன்
அறியாமல் மூதாட்டி
பின்தொடர்ந்து வந்தாள்
தாமரை மலரின் இதழ் திறக்க
நீரில் இறங்கிய இளவரசன் காலைப்
பற்றிக்கொண்டது முதலை

தண்ணீரின் ஆழத்தில் இருந்து
தீநாக்கை எடுத்து
முதலையைக் கொன்றான்
முடிவாக இளவரசன்

மூதாட்டி உருவம் களைந்து
இளமை கொண்டு தெரிந்தாள் இளவரசி
முதலையின் முதுகைக் கீறிப் பிளந்து
இளமை மீட்டுத் தெளிந்தான் இளவரசன்

வானவர் அருளிய கானம் கேட்டுக்
காதல் ததும்பும் கண்களைக் கண்டு
வேதனை தீர்ந்து விழிமலர் திறந்து
சோதனை முடிந்த சுகம்நிறை மனத்தில்
ஆவல் மீறிய அகவெளி விரிந்து
காட்சியின் எல்லை கடந்து வெளிப்போந்து

ஆட்சி செய்யும் அரசியின் மகளை
அவளின் நெஞ்சம் அணுகும் வழியை
அளவிலாக் காதலின் அற்புத நெகிழ்வை
அன்பும் அறிவும் அழகும் உருவாய்
அமைந்த அவளை அடையும் கனவு
நனவாய் மலரும் நாளை எண்ணிக்
காலை மதியம் மாலை இரவு
காலம் நிரம்ப அவன் காத்திருந்தான்

இளவரசி இதயம் திறந்து இதழ் திறந்து
இனிமை நிறைந்த இளங்குரல் திறந்து
இன்றும் என்றும் இப்போதும் எப்போதும்
கண்ணால் காண முடியாத ஒளியும்
காதால் கேட்க முடியாத கானமும்
விண்ணவர் நாட்டின் விடியலும் வேகமும்
அறிந்து உணர்ந்திட வந்தான் இளவரசன்

கலைமகள் கண்விழி மலர்ந்திடும் நேரம்
காதலின் காவியம் எழுதி முடித்திட
எந்தையும் தாயும் எழுந்து கலந்திட
பால்மனம் பாகாய் உருகி வழிந்திட
நெஞ்சோடு அணைத்து நெருங்கிச் சேர்ந்திட
கொஞ்சும் குரலில் ரகசியம் சொல்லிட
வீணையின் நாதம் விரிந்து பரவிட

கையின் அணைப்பில் குழையும் உடலும்
மூச்சில் கலக்கும் முல்லையின் வாசமும்
நாவில் ஊறும் நற்றேன் சுவையும்
காதலின் ஸ்பரிசமும் காமத்தின் துடிப்பும்
ஊடுருவிப் பாய்ந்து உட்கலக்கும் உயிரும்
பாலும் தேனும் பனிமலர்ப் பார்வையும்
வேனிலும் குளிரும் வேய்ங்குழல் நாதமும்
காதில் குழையும் வளையம் அணிந்து
கார்முகில் விலக்கி வந்தாள் இளவரசி

காதல் பேசும் கங்கணம் அணிந்து
மலையும் மலையின் சாரலும் திரிந்து
கல்லும் கனியும் கானம் பயின்று
அள்ளியணைக்கும் ஆவல் முகிழ
உள்ளும் புறமும் நிரம்பி வழிய
அகவெளி ஆழம் அமிழ்ந்து விரியத்
தன்னைத் தானே தனக்குள் தேடி
அவளை அங்கே காணும் விழைவில்
தானே அவளாய் அவளே தானாய்
இருவரும் ஒன்றென இழைந்த ஒருமையில்
தன்னைத் தானே அணைத்த அணைப்பில்
தானும் கரைந்து வானும் மறைய
ஏதிலார் என்று இல்லாமல் போக
கானம் மட்டிலும் கருத்தென நிறைய
அங்கும் இங்கும் அன்றும் இன்றும்
அதுவும் இதுவும் எதுவும் இன்றி

இக்கணம் என்பது எக்கணமாகவும்
இப்பொழுதென்பது எப்பொழுதாகவும்
காலத்தின் எல்லை கரைந்து மறைந்திட
அற்புதப் பாழின் ஆழம் அடைந்து
காதலின் காட்சி கனவென உதிக்கும்
கரையிலா மோனப் பெருவெளியதனில்
காணும் தானும் காட்சியும் ஒன்றெனக்
கருவாய்ப் புதிதாய் உருவாய்ப் பொருளாய்க்
கண்மலர் திறந்து கண்டான் இளவரசன்

ஈரம் கசியும் இளவரசி இதயத்தை
இனி எப்போதும் இழந்திட முடியாத
இயல்பை அடைந்து இயக்கம் அடங்கி
இனி அவள் அருளே அனைத்தும் என்று
கால்கள் வருடிச் செல்லும் ஓடையின்
கானம் மட்டிலும் கேட்கும் லயத்தில்
வானமும் தானும் வையகம் முழுவதும்
கையகம் அடங்கும் அதிசயம் கண்டு
காதல் நெஞ்சின் கரையிலாக் கடலின்
அலைகள் அனைத்தும் அகிலங்களாக
அமையும் அற்புத அழகைக் கண்டு
அன்பின் லயமும் அளவிலா அழகும்
அருளும் ஒளியும் சேர்ந்து புனைந்து
ஆக்கிய அகிலம் அவளென விரியும்
அக்கணம் பிறந்த அதிசயச் சிசுவின்
ஆவல் ஒன்றே அனைத்திலும் தெரியும்
அழகே அருளே உயிரே உணர்வே
உள் நின்றுறையும் ஒளியே அவளெனப்
பவளவாய் திறந்து பாசுரம் இசைக்கும்
கனிநிகர்ப் பாவை கண்டதிலிருந்து
காதலே உயிரெனக் கானம் இசைத்து
தனியே இனி ஒரு உயிரென இன்றி
அனைத்தும் தானென அசையும் அன்பின்
அழகில் லயிக்கும் அமைதிதான் வாழ்வே...

*

## காதல் பாதை

காதல் பாதையின் கடைசிக் கணத்தில்
கவினுறு நங்கை கனிந்து உளமிரங்கி
கடைக்கண் பார்வையில் கருணை புரிந்து
கலக்கம் தீரும் காலம் வந்தது

கனவுகள் விளையும் மாயப் பொய்கையின்
கரையில் நின்றான் இளவரசன்

இளவரசியின் இசைவு இன்றி
இதயம் திறப்பது எவ்வாறு
கனவரசியும் அவள்தான் என்னும்
கணிதம் அறிய மாட்டாமல்
கனவும் நனவும் மறதியும் நினைவும்
கண்விழி திறக்கும் கவனமும் அவளே
என்பதை உணர்ந்தான்
தெளிந்தான் இளவரசன்

கவலை நீக்கிக் கண் அசைவற்றுக்
கருத்தொருமித்துக் கானம் பயின்று
உடலும் மனமும் உயிரும் உணர்வும்
அகம் நின்றொளிரும் அவளின் ஒயிலும்
பகலும் இரவும் பார்மிசை வருவதும்
பார்த்துப் பார்த்துப் பரவசம் பெருகும்

பாதை நடந்து பயணம் முடிந்து
காலம் கனிந்து கணமும் வந்தது
காதல் இதயம் கண்ணில் கலந்து
கனவு கலைந்து கானம் கேட்டது

தனிமை தீர்ந்த விடுதலை உணர்வில்
கானம் முடியும் கடைசிக் கணத்தில்
கையில் இருந்த சாவி எடுத்துக்
கதவை விரியத் திறந்தாள் இளவரசி
கதவு திறந்த கணமே நெஞ்சில்
விரிந்து பரந்தது அகவெளி நாதம்

என்னென்று சொல்வேன்
என் உயிரின் நாதத்தை
பன்னெடுங்காலம் கேட்டு வந்திருந்த
பரிச்சயம் மனத்தில் தெரியத் தொடங்கக்
காத்திருந்த காலம் கணக்கிழந்து போயிற்று

அதையே வேறொரு பொருளெனக் கொண்டு
அறிவு மயங்கி ஆற்றல் இழந்து
அதிசயம் குன்றி அருமை தவறிப்
பழகிய பழைய பாடல் அதுவென
இருந்த பதிவு அழிந்து மறைந்தது

பாழ்வெளி விரிவும் பரிவின் நிறைவும்
ஒன்றென அறிந்து புரிந்த பிறகு
பழையதும் புதியதும் பகுக்கும் பழக்கம்
பயனற்றதென்ற தெளிவு பிறந்தது

முன்பே இருந்த முடிச்சை அவிழ்த்து
மூடி வைத்திருந்த முகத்தைக் காட்டி
முதுபெரும் மந்திர மாலை அணிந்து
மாமலர் பறித்து மகுடம் சூட்டிப்
பால்மணம் மாறாப் பச்சிளம் மனத்தோடு
பாதை முடித்துத் தெளிந்தான் இளவரசன்

கண்களில் கசியும் காதல் ஒளியும்
காயும் கனியும் கவிமனச் சுவையும்
பாலும் தேனும் பாவையின் இதழும்
நீரும் நெருப்பும் நீள்பெரு விசும்பும்
கள்ளின் மயக்கம் காட்டும் அழகும்
புள்ளினம் கிழித்தேகும் புலப்படா வானமும்
புல்லிதழ் நுனியில் புலரும் காலையும்
அல்லும் பகலும் அழிந்தோய்ந்த நிலையும்
அறிவும் ஆற்றலும் அடங்கிய மனமும்
அவளின் அருளால் அனைத்தும் சேர்ந்தது

அமைதியும் ஆற்றலும் அழகும் ஒன்றாய்
அறிவும் அகிலமும் அன்பின் ஒளியாய்
அமைந்த அவளின் அகவெளிச் சுடராய்
நான் எனும் கானம் நாற்புற வெளியிலும்
நகர்ந்து பரவும் நாதம் கேட்டு
வாணர் பாணர் வல்லமை படைத்தோர்

நாலும் அறிந்த நாவலர் மற்றோர்
நடப்பன ஊர்வன பறப்பன நகர்வன
மலைகள் மரங்கள் மேகங்கள் மற்றும்
நதிகள் நலம் தரும் பதிகள் அனைத்தும்
சுற்றிச் சூழ்ந்து பணிந்து நின்றன

பரந்து விரியும் கானம் கேட்டு
நிரம்பி வழியும் காதல் நெஞ்சில்
இளவரசியின் இனிய இதயம் தொட்டு
இளகி நெகிழ்ந்து நின்றான் இளவரசன்

பவளம் வெட்கும் இதழ்கள் மின்னப்
பளிங்குக் கண்கள் பார்வையில் பொலியக்
காலடித் தாமரை பூமியில் ஊன்றிக்
குலுங்கும் மார்பும் அசையும் இடையும்
அழகிய விலங்கென அவள் நடை பயிலும்
அரங்கம் இதுவென அகிலம் நிமிரும்

காலம் நிறுத்திக் கணக்கை விலக்கிப்
பாலம் கட்டும் பயிற்சி மேற்கொண்டு
பழையது கரைந்து புதியது புலரும்
பாடல் இசைத்து நின்றாள் இளவரசி
பண்ணின் இனிமை கேட்டான் இளவரசன்

இறுக அணைத்து இதழ்களைக் கூட்டிப்
பருகும் இனிமையில் பார்வெளி உருகப்
பாழ்வெளி நிறைக்கும் பாங்கில் இருவரும்
பள்ளி கொள்ளும் அதிசயம் பாரீர்.

●

## உலகின் மறுகோடியில்

உலகின் மறுகோடியில்
வானுக்கும் மண்ணுக்குமாய்
காலடியில் கடல் வருட
நிற்கிறாள் இளவரசி

வழியில் உள்ளன
ஏழு பெருங்கடல்கள்
ஐந்து மலைகள்
மூன்று பாலைவனங்கள்

மர்மக்கடல் கடந்து
மறுகரையில் நிற்கும் அவள்
மாறா ரகசியம் அறியக்
கூந்தலின் கானகத்துள்
அலைந்து திரிந்து தேடிப்
பின் புரிந்தது ரகசியம்

காலம் முழுதும் இந்தக்
கணத்திற்குள்தான் ஓடிற்று
அங்கு நிற்கும்போதே இங்கும்
அமர்ந்திருக்கிறாள் இளவரசி
அங்கும் இங்கும் அவள்
அளவற்று விரிந்திருக்கும்
அருமை அவள் அருமை என
அலைபாயும் நெஞ்சம்

கனவுலகில் கால் வைத்து
வினை தீர்த்து முடித்த பின்னால்
மனவீட்டில் மணமுடித்துப்
பால் காய்ச்சிக் குடிபுகுந்து
கனமழையும் பெரும்புயலும்
அடித்தோய்ந்து அமைதி பெற
வன வீடு கட்டி அதில்
குடிபுகுந்து குளிர்காய்ந்து
புது வாசல் திறக்கையிலே
வடிவெடுத்து வந்து நிற்கும்
மனவரசி கனவரசி
வடிவரசி என்று எந்தன்
இளவரசிதனைக் காணும்
இளவேனிற் காலத்தில்

கடலாழம் கண்டு வரக்
கன்னிமனம் பார்த்துவர
உடலாழம் காணாத
உண்மையது உணர்ந்து வர
அகவாசல் புறவாசல்
ஒருவாசல் என்று அந்த
உன்னதமும் உருக்கொள்ளும்
உண்மையும் வெளித்தெரியும்

மழை வானம் திறந்திடுமுன்
மங்கை மனம் தெரிந்திடுமுன்
இனம் காண முடியாத
இன்பத்தில் மனம் திளைக்கும்

பருவங்கள் சுழித்தோடும்
காலப் பெருநதியில்
உருவங்கள் உள்ளங்கள்
உண்மையிலே ஒன்றெனவே
காணாத பெருவெள்ளம்
வடிந்த பின் எஞ்சி நிற்கும்
அழியாத பாலாழி
மொழியாமல் நிறைந்து நிற்கும்

*

## வட்டத்தின் உள்ளே

வட்டத்தின் உள்ளே
நுழைந்தாள் இளவரசி

மூடிய கதவுகள் தாமாகத் திறந்துகொண்டன
வார்த்தைகள் எல்லாம் ஒரே நேரத்தில் – தம்
வாய்களை இறுக மூடிக்கொண்டன

பாலம் அமைத்துப் பயிர் காத்து
உயிர் வளர்க்கும் ஓர் இசையில்
ஒரு சொல் தன் வாய் திறந்து
பழகிய பாடல் விடுத்து
ஒரு புதிய கானம் இசைத்ததும்
பண்பட்ட நிலம் என்று அவர்கள்
பாடல் விதைத்தார்கள்

இளவரசி இசையல்லால்
இதயமதை யார் திறப்பார்
கனவரசி இவளென்று
கனிந்துருகும் ஆழ்மனத்தில்
பவளம்வளர் பாற்கடல்தான்
கடலரசி நெஞ்சம்
இளையவளின் கண்விருந்து
இதழ் விருந்து போதும்

இப்போதெனும் ஒற்றை
விதையில் இருந்து விரியும்
இந்தத் தினம் இந்த வாரம்
இந்த மாதம் மற்றும்
இந்த ஆண்டு நூற்றாண்டு
இந்த யுகம் என்னும்
இதழ் முகிழ்க்கும்
இகம் வளர்க்கும்
இந்தக் கணம் என்றும்
இளவரசி இதழ் சுவைக்க
யார் இங்கு வருவார்
இளவரசன் நானென்று
மலைக்குடிலில் சேர்வார்

இனிய மலர் இதழமுதம்
இனிமை தரும் வாசம்
இனிய சுவை இனிமை கண்டு
இதயம் நிறைந்திடும்

உடல் இனிது உயிர் இனிது
உள் விரியும் உளம் இனிது
கடல் இனிது கார் இனிது
மடை திறந்த மழை இனிது

பார்த்தாயோ கேட்டாயோ
உணர்ந்தாயோ உரைத்தாயோ
அல்லவெனில் இப்போது
இங்கு வந்து பார்
அதிசயத்தை

## மீன்களின் உலகு

வான் மேவும் தாரகைகள்
வந்து நிறைந்ததுபோல்
மீன் மேவும் கடலுலகம்
சென்றாள் இளவரசி

தன் நினைவு மீண்டும் தோன்ற
விண் அகன்ற வேளை நினைவு வரப்
பண்ணிசைத்த இளவரசன்
கண்ணசைவு நெஞ்சினிக்கக்
காதலனின் முகம் தேடிக்
காத்திருந்த காலமெல்லாம்
கனவுவெளிக் காட்சியெனக்
கண்டதெல்லாம் மனதிருக்கக்
கெண்டைவிழிக் கோகிலத்தின்
தண்டை கிணுகிணுக்க

சங்கணண சங்கணண
சங்கணண சங்கணண

பொங்கிவரும் மங்கையவள்
சங்கனைய கழுத்தின் கீழ்
நாடி முகம் புதைக்க
நடுவிலொரு ஆழத்தில்
காணாத கடலொன்று
பெண்மனத்தின் ஆழமெனப்
பேரமைதி நிறைந்திருக்க

கண்முன்னே கடலுலகம்
விரியக் கண்டாள் இளவரசி

கண்மாய்கள் குளங்கள்
குட்டைகள் ஏரிகள்
சுனைகள் ஊற்றுக்கள்
சிற்றருவிகள் பேரருவிகள்
ஓடைகள் சிற்றாறுகள்
காட்டாறுகள் நதிகள்
கடல்கள் பெருங்கடல்கள்
இன்னும் பல நீர்நிலைகள்
அனைத்தும் கூடிவரும்
ஆனந்தப்பட்டினம்

இளவரசியைச் சுற்றிச்
சூழ்ந்துகொண்டன மீன்கள்
செம்மீன்கள் கருமீன்கள்
பொன்மீன்கள் வெண்மீன்கள்
சுறாக்கள் திமிங்கிலங்கள்
நீர்க்குதிரைகள் ஆமைகள்

பேசும் மீன்கள் ஊமை மீன்கள்
தன்னை அறிந்த மீன்கள்
இன்னும் தன்னை உணராத மீன்கள்
தலைமீன்கள் தொண்டு மீன்கள்
கலைமீன்கள் பொறிமீன்கள்
ஞானமீன்கள் அஞ்ஞான மீன்கள்
ஆண்மீன்கள் பெண்மீன்கள்
குருமீன்கள் சீடமீன்கள்
தளைமீன்கள் விடுபட்ட மீன்கள்
வலமீன்கள் இடமீன்கள்
சோகமீன்கள் சிரிக்கும் மீன்கள்
கட்டுப்பெட்டி மீன்கள் எதிர்க்கும் மீன்கள்
கன்னிமீன்கள் காளைமீன்கள்
காதல் கனிந்த காவியமீன்கள்
மச்சக்கன்னிகள் மச்சக்காளைகள்

அத்தனை மீன்களும் தத்தம் குறைகளை
மிச்சம் மீதமின்றி அவளிடம் உரைத்திட
முட்டி மோதிக்கொண்டு பட்டினம் சேர்ந்தன

பட்டினம் காக்கும் பட்டத்து இளவரசி
பால்மனம் கொண்ட பச்சிளம் நாயகி
கடலாழ அரசவையில் கன்னியவள் ஆட்சியில்
உடலாழம் கேட்கும் கீதத்தின் ஆதி லயம்

*அழகின் திருவுருவம்*
*அன்பின் ஆரமுதம்*
*ஆதி சக்திப் பெருவடிவம்*
*பழகாத புதிய சுகம்*
*பழகிய பாடலெனப்*
*பாகாய் மனம் உருகும்*

மீன்களோடு மீன்களாய்க் கலந்து மீண்டும்
தன் சுயநிலை தேடிச் சேரக்
காதல் மனம் நிறைந்து வழியக்
காத்து நின்றான் இளவரசன்

பாதகம் இல்லை பழி இல்லை
பாவம் இல்லை
நாலும் அவன் கற்றதில்லை
நாற்சந்தி நின்றதில்லை

பொன்போலச் சுடர் விட்டுப்
பொய்க்காத ஒளி கூட்டி
விண்ணின் மகன் வேதனையில்
வாடுகின்ற வாட்டமெல்லாம்
கன்னி இளவரசி கற்று வந்த பாடல்கள்
போக்கிவிடும் அற்புதத்தைக்
கேட்டு வந்த மீன்களெல்லாம்
தாமும் தமது இன
மீன் கூட்டமும் இன்பமுறத்

தாமதமேன் புரிகின்றாய்
தாயே நினதருளால்
வேதனை தீர்ந்து நாங்கள்
மேவி நிற்கும் கடல் முழுதும்
தாவித் துள்ளி மன
இச்சைப்படி வாழ்ந்திங்கு
அச்சம் சிறிதுமின்றி
ஆழ்கடலில் ஓய்ந்துறங்கப்
பச்சிளம் குமரி உந்தன்
பவளவாய் திறந்திங்கு
மிச்சம் ஏதுமின்றி
மீன்கள் குறை தீர்த்திடுவாய்

வானம் கீழிறங்கும்போது (1976 – 2023)

மனமார வேண்டுகிறோம்
மாதவங்கள் செய்தறியோம்
உளமார நீ எங்கள்
வேதனைகள் போக்கிடுவாய்

என்று பல சொல்லி
ஏழ் கடலும் வாழ்ந்திருக்கும்
கோடி பல மீன்கள் எல்லாம்
நாடி நலம் பெற்றுப்
பாடி மகிழ்ந்திங்கு
வணங்கி நின்று வாழ்த்தியபின்
ஓரத்தில் நின்று
காத்திருந்த இளவரசன்
ஒருவழியாய் அவள் முன்னே
ஒளி படர நின்றுகொண்டான்

பெண்ணே உன் மன ஓரம்
ஓரிடம்தான் தந்தருள்வாய்
கண்ணே என் காதல் மனம்
கண்வழியே தருகின்றேன்
கனிந்து நீ ஏற்றிடுவாய்
காலமெல்லாம் காத்திடுவாய்

விண்ணெல்லாம் உந்தன் புகழ்
விரிந்து நிற்கும் செய்தியினை
வாயாரச் சொல்ல வந்தேன்
செவியாரக் கேட்டிடுவாய்

கண்ணிரண்டால் காணவந்தேன்
கன்னி உந்தன் மேன்மையினை
நான் யாரோ மறந்துவிட்டேன்
நானிலத்தில் எப்போதோ
நாடித் தவமிருந்தேன்
நாயகியே உனை வேண்டி

நின்னருளால் நின்னரங்கம்
நினைத்தபடி சேர்ந்துவிட்டேன்
பார் அதிசயம் இதோ நீ
பார் என்று காட்டிவிட்டாய்

வேர்கொண்டு உன் நிலத்தில்
ஊன்றித் தழைத்திடவே
வேண்டி நின்று விழைகின்றேன்
வேறு வழி இல்லையடி

வந்த வழி இதுவென்று
அறிகிலேன் இதுவரையில்
போகும் வழிபோல் தோன்றும்
கானல் இடையில் வரக்
கண்விழிக்க முயல்கின்றேன்
கண்ணே உன் கருணையினால்
புண்ணான என் நெஞ்சம்
புரையோடிப் போகுமுன்னால்
மண்ணாகி இந்த உடல்
மறைந்திடும் காலம் முன்னால்
நாயகியே நானிலத்தில்
எந்தன் துயர் போக்கிடுவாய்

ஏழை நான் யாரென்று
எனக்கு ஒளி காட்டிடுவாய்
என் நிலைமை என்னவென்று
எப்போதும் நீயறிவாய்
என் இருளை நீக்கி இங்கு
மேன்மை பெறச் செய்திடுவாய்

என்று அங்கு இளவரசன்
தன் நிலைமை தெரியாமல்
தஞ்சம் அவள் என்று
தலை குனிந்து நின்றிருந்தான்
இளவரசி எழுந்திருந்தாள்
இனிமையிலும் இனிமையென
இன்னிசைக்கும் மேலான
தன் குரலில் மொழிந்தாள்
தரணியெங்கும் கேட்கும்படி

நாயகனே நீதான்
நாற்புறமும் உந்தன் ஒளி
நலம் கொண்டு வீசுது பார்
நாயகி உன் கரம் பிடித்தேன்
ஆனந்தம் நிறைந்த மனம்
ஆவலினால் ஆடுதடா

காணுதற்கரிய உந்தன்
கண்விழியில் நான் கண்டேன்
காரிருளைப் போக்கிவிடும்
கண்ணொளிதான் உந்தன் உயிர்

கண்ணாளா உந்தன்
கையணைப்பில் சேர்ந்துவிட்டேன்
உன் விழியும் என் மொழியும்
ஒன்றிணைந்து விண்ணளந்து
ஒன்றிலொன்று ஒடுங்கிடவே
கையணைத்து மெய்யணைத்துக்
கண்களிலே உயிரணைத்துக்
காதல் எனும் கடலினிலே
கண் மூடிக் கலந்துவிட்டோம்

கண்டிடவோர் காலமில்லை
எண்திசையும் விரிந்து நிற்கும்
எங்களுயிர் மேன்மையினைப்
பண்ணிசைத்துப் பாடல் கூட்டிப்
பாரென்று காட்டிடுவோம்
என்று அவள் சொன்னவுடன்
கண் திறந்து மனம் திறந்து
மண் திறந்து விண் திறந்து
உயிர் நிறைந்து நிற்கின்ற
உளம் திறந்தான் இளவரசன்

வாடி என் கண்மணியே
வாய் திறந்து உந்தன் மொழி
கேட்ட கணம் கேட்டபடி
மெய்மறந்து நின்றுவிட்டேன்

எந்தன் உடல் எந்தன் மனம்
எந்தன் உயிர் எந்தன் எல்லாம்
தந்து உன் அருள் வேண்டித்
தவம் புரிந்து காத்திருந்தேன்

காலம் மிகக் கடந்து நான்
பட்ட துயர் போதுமென்று
உயிர் தரவே வந்துவிட்டாய்
உன் அணைப்பில் மகிழ்ந்து நின்றேன்

உன்னை நான் கண்டுகொண்டேன்
உயிர் நாடியில் உள்ளுறைந்தாய்
எனை மறந்தேன் உனை அடைந்தேன்
என்று நின்றான் இளவரசன்

தான்தான் தானென்று
தன்னை அறிந்தவுடன்
தாழம்பூ மணக்கும்
தையலவள் மென்கரத்தைத்
தன்னருகில் இழுத்துத்
தாவியணைத்து அவளை
ஆரத் தழுவி
அன்பினால் மனமுருகி
வாயார முத்தமிட்டு
வளைக்கரங்கள் தமை வளைத்து
மாலையெனத் தோளில்
அணிந்துகொண்டு அகமகிழ்ந்து

பாவையவள் பார்வையில்
பாடல்கள் கேட்டுவிட்டு
அவள் சிரிப்பில் மலர் சொரியும்
அழகினையும் கண்டுவிட்டுத்
தானும் அவளும்
தனித்தனியே இல்லாமல்
உயிர்கலந்து உணர்வூறித்
ததும்பி நின்று உள்ளுருகி
மீன்விழியாள் மீனரசி
கனவரசி கண்ணரசி
என்னரசி என்றும்
எழில் துலங்க வருமரசி

துள்ளலும் அமைதியும்
இரவும் பகலுமென
மாறி வரும் பேரரசி
உடலரசி மனவரசி

என்றும் மாறாத
உயிரரசி அவளென்னும்
உண்மை உணர்ந்து
உளம் நிறைந்து உயிர் கலந்து

அன்பெனும் ஒளி கூட்டி
அழகான திருமேனி
வாடாத தாமரை
வார்த்தையில் அடங்காத
கோடானுகோடி
உலகங்கள் அவள் நெஞ்சில்
ஆடாமல் அசையாமல்
ஆட்சி அவள் புரியும்
அமைதியினை யார் அறிவார்
அழகினைத்தான் யார் அறிவார்

இளவரசி மீனுலகம் சென்று வந்த நாள்முதலாய்
இளவரசன் இதயத்தில் மீண்டும் ஒளிகூட்டி
இனியென்றும் அகலாத இன்பம் அடைந்திடவும்
தனிமை என்னும் துயர் இனிமேல் சூழாமல் நீங்கிடவும்
வலி என்றும் அண்டாத வாழ்க்கை இனி அணைத்திடவும்
ஆழத்தில் பேரமைதி அதன்மேல் அலை சிரிப்பும்
விலகாத அதிசயம் வேர்கொண்ட உயிர் மரமும்
அன்றன்று வாழ்க்கைக்கு அவசியமாம் வெளி மனமும்
ஆதாரமாய் நின்ற உள்ளமைதிப் பேரொளியும்
இளவரசன் உள்ளுயிரில் ஒன்றிக் கலந்துவிட்ட
இளவரசி உள்ளுயிரும் ஒப்பிலா உன்னதமும்
இதயத்தில் வீசும் ஒளிமழையில் எப்போதும்
இன்பம் இன்பமென இசைத்திடும் கானமும்
அன்பெனும் கீதமும் அமைந்திட்ட வாழ்விதுவே.

## புதுமலர்

புதுமலரின் இதழ் விரித்து
வெளிவந்தாள் இளவரசி

பனி விலகும் இளங்காலை
முகிலினங்கள் திரை விலக
அணி திரளும் மானினமும்
மயிலினமும் கண்டு அதைப்
பயில வரும் இளவரசன்
பார்வை அவள்மீது விழ

ஆவல் முகிழ அவள்
முற்றாத இளமையும்
வண்டினம் மொய்க்கும்
வற்றாத இனிமையும்
தெவிட்டாத தேனமுதம்
சொட்டும் இதழ் வனப்பும்
கட்டவிழாக் கனியுடலும்
காதல் மணம் கமழ
மொட்டவிழும் மலர்க் கூட்டம்
கொண்டுநிறை மாவனமும்
எட்டுத் திக்கும் படரும்
எழில் மங்கை இளவரசி

கண்ணை விட்டகலாமல்
கண்டு அவன் மனம் மகிழக்
கண்டுகொண்டேன் உனை யானும்
காதல் கொண்டேன் அக்கணமே

கற்கண்டே செங்கரும்பே
கவினுறு கார்குழலே
முற்பிறப்பில் உடன் வந்த
முகிலே மாமழையே
இப்பிறப்பில் உனை நானும்
இழந்திட்ட நிலை அறிந்து
ஊனுடலின் உள்குருத்தில்
உருகும் உயிர்நிலையே

வரும் பிறப்பில் வானமுதம்போல்
நீ என்னுடனே சேர்ந்திருந்து
சேல்விழியாள் மலர்முகத்தாள்
வளைக்கரமும் கோத்திருக்கும்
நன்னாளை மனத்திரையில்
கண்டு தினம் காத்திருக்கும்
என்னிதயம் நீ வந்து
கலந்திடும் கணம் வரைக்கும்
என் நெஞ்சம் தாங்கிடுமோ
ஏந்திழையாள் இல்லாமல்

என்றிங்கு இளவரசன்
பஞ்சுநிகர் மென்னுடலை
மஞ்சுநிகர் கார்குழலை
உயிரின் உள்ளாழம்
உறைந்து நிற்கும் பேரழகை
அணைத்திடவும் அவள் மனத்தை
உணர்ந்திடவும் உளம் ஏங்கிக்
கணை போன்ற அவள் விழிகள்
கண்டு நிதம் உருகிடவும்
மனையாள் என அவளை
அடைந்திட்ட பெரும்பேறைத்
துணையாள் அவள் என்று
மனம் நிறைய உயிர் குளிர

எனையாளும் இளவரசி
அவளெனவே உலகெங்கும்
அறிவிக்கும் நாள் வரைக்கும்
அலைமோதும் என் மனத்தைப்
பொறுமையுடன் காத்திரு
எனச் சொல்லிக் கேளாமல்
அவள் நினைவில் அலைபாய்ந்து
அமைதி பெறக் கூடாமல்
இனியவளே இனி அவளே
எப்போதும் என்னுடனே
இருந்திடவே வேண்டுகிறேன்

கனியமுதக் கடலே
காதல் பெரும்வீச்சே
நீ மலர இதழ் மலரக்
கானகம் எல்லாம் மலர
நான் மலர பூ மலர
மாநிலம் எல்லாம் மலரத்
தேன் பொழிய வான் பொழிய
ஆநிரைகள் பால் பொழிய
வேல்விழியாள் கண் குளிர்ந்து
மனம் குளிர்ந்து அகம் குளிர்ந்தாள்

இளவரசி அகம் திறந்து
கண்டுகொண்ட புதிய ஒளி
கடந்துவந்த பாதைகளின்
இருண்டவெளி நாடகத்தின்
காட்சிகளின் துயர் துடைத்துக்
கண் வழியும் நீர் துடைத்துக்
கவலைகள் தீர்த்து வைத்துக்
காவலாய் நின்றிருக்கக்

*காதல் இளவரசன்*
*கட்டிவைத்த மாளிகையின்*
*கதவுகள் பல திறந்து*
*கண் திறந்து மனம் திறந்து*
*புறக்கட்டு அகக்கட்டு*
*பழங்கட்டு புதுக்கட்டு*
*கட்டுகள் பல தாண்டி*
*காவல் பல கடந்து*
*மட்டிலாக் காதல்*
*மாமழையாய்ப் பொழிந்திருக்க*

*ஆறு பல தாண்டி நிதம் சேரும் கடல் அடைந்து*
*வேறு பல பூவிரியும் கானகம் நுழைந்து அதில்*
*மாது அவள் காதல் மனம் காணவிழை தாபமதன்*
*வேதனையில் உடல் உருக மனம் உருக உயிர் உருக*
*உயிரின் உள்ளே உறையும் உளம் உருக அவள் நினைவில்*
*பயிர் மறந்த மாமழைபோல் அவள் இருக்கும் நிலை அறிந்து*
*ஒரு நாள் ஒரு பொழுது அவள் அணைப்பில் எனை மறந்து*
*உடல் ஆற மனம் ஆற அவள் நிறைந்த உளம் ஆற*
*ஏங்கி நிற்கும் எந்தன் உயிர் தாங்கி நிற்கும் எந்தன் உடல்*
*வாடி நிற்கும் நிலை அறிந்து மேவி நிற்கும் காதலுடன்*
*நெஞ்சக் குருத்தில் அவள் உறைந்திருக்கும் உண்மையினை*
*வஞ்சமில்லா மனத்தினொடு மாமலராள் அறிந்திருக்கக்*
*கொஞ்சும் இதயத்தில் ஆழ்கடலின் நிம்மதியும்*
*கூட வரும் குமிழ் சிரிப்பில் குளிர்ந்திருக்கும் கானமும்*
*பாடிவரும் நாதத்தில் பயின்று வரும் பாடலும்*
*மலர்ந்து வரும் இளவரசி மனம் கனிந்து விழிக்கையில்*
*துயில் கலைந்து பேரொளியில் மயில் போன்று நடந்துவரப்*
*புள்ளினங்கள் மானினங்கள் ஆவினங்கள் அணி சேர்ந்து*
*அள்ளி அணைத்திடும் ஆவலினால் அகம் நிறைய*
*அகிலமெல்லாம் ஒளி பரவ ஆனந்தம் பொங்கி வர*
*அங்கிங்கெனாதபடி எங்கும் அவள் நிறைய*
*இளவரசன் இதயம்தான் இளவரசி உறைவிடமாய்*
*இருந்திடவும் இளங்காலை மனமும் மகிழ்ந்திடவும்*
*இளவரசியின் பேரழகை எல்லோரும் காண்பீர்*

எத்திசையும் புகழ் மணக்கும்
பல்லுயிரும் சேர்ந்திசைக்கும்
பாடல் வெளிவிரியும்
பல்லிசை கேட்டிருக்கும்
நல்லுயிராய் நாமெல்லாம்
நானிலத்தில் வாழ்ந்திடவே
இளவரசி இதயமதில்
என்றும் இருந்திடவே
பூவிரிய அவள் விரியும்
பாதையிலே அவன் நடக்க
கார்முகிலாய் அவள் பொழியும்
மாமழைதான் அவள் அருளே
தேன் மதுரம் அவள் நினைப்பு
வான் மதுரம் என்று அவள்
கண் மதுரம் கை மதுரம்
அவள் முகத்தின் ஒளி மதுரம்
பகல் மதுரம் அவள் நினைப்பில்
இரவும் மதுரமென
அகல்விளக்காய் அசைந்திருக்கும்
அவளின் விழி மதுரம்
பார்வை மதுரம்
பழகிவரும் பாவை மதுரம்
பார் மதுரம் ஊர் மதுரமே

*

## இரண்டு பேர்

அணையாத விளக்கொன்று
கொண்டு வந்தாள் இளவரசி
அவள் பின்னே இருவர் வந்தார்
பக்கத்துக்கு ஒருவராக

யாரை நீ திரும்பிப்
பார்க்கிறாய் இளவரசி

வலதுபுறம் இருப்பது யார் என்றா
இடதுபுறம் இருப்பவனை நீ அறிவாயா
வலதுபுறம் இருப்பவன் பெரியவன் என்றால்
இடதுபுறம் இருப்பவன் முடிப்பவனா

கானகத்தில் ஓடிவிழும் அருவி நீரை
யார் பார்த்தார் இளவரசி
யார் நனைந்தார் இங்கு

ககனத்தின் பேரிருள்தான் முடிவிலாது நீள
நடுவில் நின்ற விளக்கொளியை
யார் அணைக்க நினைத்தார்
நிசப்தம் எனும் நதிப்படுகை அடியில் கீழே நீண்டு
அதன்மேல் ஆறாக ஓடிவரும் சிரிப்பு
மேற்புறத்தில் அனுபவங்கள் வந்து போகும் உலகம்
யார் சிரிப்பார் யார் அழுவார் யாருக்குத்தான் தெரியும்

அசரீரி வாக்கும்
அருள் பொழியும் நாக்கும்
ஊன் உடம்பில் உள்நரம்பில் ஓடும் ஒளிநதியும்
தந்தை தாய் சேரும்போது அறிந்திராத நானும்
சாட்சி இங்கு நான் என்று சூழ்ந்து நிற்கும் வானும்

காண்பதுதான் காட்சி என்று காத்திருந்தபோது
காண்பவன்தான் காட்சி என்று தெரிந்தது இப்போது

உறவு இது பிரிவு இது
மறதி இது நினைவு இது

உனது எது எனது எது
பிறிது எது அறுதி எது

காதலில் கனவு கண்டு
முகிழ்த்தாய் இளவரசி

கனிந்த காய்கள் உதிர்ந்தன தரைமேல்
உதிர்ந்த கனிகளை மூடின இலைகள்
விதைகள் நகர்ந்தன புது உலகம் காண

●

## எந்தன் இளவரசி

மேவும் கடல் உடுத்தி
ஆழம் பதித்து அந்த
வானம் திறந்து வந்து
கானம் பயின்றதென்ன

கானும் காதுக்கினிய
தேனும் கண்ணுக்கினிய
மானும் அவளெனவே
ஏனென்னைத் தேடவைத்தாய்

உலகெங்கும் உன்னை நாடி
ஏன் என்னை ஓடவைத்தாய்

மாது அவள் காதல் இது போதுமென நானும்
ஏதுமறியாமல் இவை யாவும் பெற வேண்டி
தேடும் சுவை யாவும் அவள் பாடும் அந்தக் கானம்
கோடி முறை கேட்டு நெஞ்சம் ஆழியெனப் பொங்கும்

உள்ளம் தடுமாறி – ஒரு
பள்ளம் விழுந்தாலும்
கள்ளமில்லை நெஞ்சில் – அன்பு
வெள்ளமெனப் பொங்கும்

காதலையும் கானத்தையும் காவிரிபோல் ஓடும்
மாது அவள் மீது எந்தன் கண்கள் நின்று ஏங்கும்
காலை இள நேரம்
வாலை அவள் வாசம்
மாலை இள மஞ்சள் வெயில்
போல அவள் தேகம்

பார்க்கும் விழி பார்த்தபடி காத்திருக்கும் நானும்
நேற்று அவள் தந்த அந்தப் பாசுரங்கள் எல்லாம்
காற்று வந்து போன வழி யார் அறிந்து காண்பார்

பாதி மனம் போதும்
மீதி இங்கு நானும்
ஆதி வழி காட்டும் அவள்
ஆட்சி செய்ய யாரும்
கனிந்து நிற்கும் நெஞ்சம்
வணங்கி நிற்கும் கைகள்
பணிந்து வரும் சொற்கள்
நினைந்து இங்கு நானும்

ஆவி உள்ள போதே
மேவி அவள் நிற்கும்
காட்சிதனைக் கண்டுவிட
காதல் மனம் ஏங்கும்

வேல்விழியில் என்றும்
வேதனைகள் வேண்டாம்
தேவதையின் நெஞ்சில்
தேன் கசிய வேண்டும்
பூ மலர வேண்டும்
கோடி சுகம் வேண்டும்
பாடல் என்றும் பாடி அவள்
ஆடி வர வேண்டும்

இளவரசி என்றும்
இனிமை பெறவேண்டும்
கானகத்தின் அமைதி
மாநதியின் ஓட்டம்
பெருங்கடலின் ஆழம்
பேரின்ப நாதம்
அனைத்தும் பெற வேண்டும்
அருகினில் எப்போதும்
மருள் விலகி
அருள் பொலியும்
மேன்மை அவள் வாழ்வும்

காதற் கனவரசி
மாதர் இனவரசி
மேன்மை பொழியரசி
என்றும் எனதரசி
●

## விண் திறந்த நாள்

காற்றிலேறிப் போகும் வித்தை
கற்றுக்கொண்டாள் இளவரசி

மாறாத மாற்றத்தின்
மாயம் அறிந்த பின்னர்
காற்றில் ஏறுவது
கடினமில்லை என்றறிந்தாள்

நெஞ்சினிக்க நினைவினிக்க
நாமகளின் நாவினிக்கக்
கார்குழலி கண்ணினிக்கக்
கண்ணுள்ளே கருவிழியில்
காதல் இனித்திருக்கத்
தையலவள் குரலினிக்க
மையல் கொண்ட மனமினிக்க
ஊனினிக்க உயிரினிக்க
உள்ளுறையும் ஒளியினிக்க

இதய வாசல் திறந்து வைத்து
உள் நுழைந்து உயிர் விரிந்து
உளம் நிறைந்து இருள் அகன்று
ஒளி படர்ந்து மங்கை நெஞ்சில்
களி படர்ந்து கனவினிக்கக்
கனவில் கனிந்து வரும்
கானம் இனித்திருக்க
வானம் நிறைத்திருக்கும்
மோனம் இனித்திருக்க

கார்முகிலின் கருமையுடன்
கவிந்திருந்த தனிமை நீங்கி
ஒளிமலரின் இதழ் விரிந்து
உலகமெங்கும் மலர்ந்திருக்க

கண் திறந்தால் மாறுமோ
காதலிசை கேட்குமோ
விண் திறந்த நாளிலே
மண் மலர்ந்து காணுமோ

காரிருளில் காய்ந்திடும்
பாரிருளைப் போக்கிட
விண் திறந்து காட்டிடக்
கண் திறந்தாள் இளவரசி

களித்த மனம் பொங்கிடக்
கனிந்து வரும் காலமதில்
விடிந்து வரும் கதிரொளி
வீசும் தென்றல் காற்றினில்
காத்திருந்த காலமெல்லாம்
பார்த்திருந்தான் இளவரசன்

கருணை வெள்ளம் பொங்கிடும்
கார்குழலி இதயமதில்
மறுமை இம்மை அற்ற இவள்
மலர் இதழ்தான் பேசுமோ

இடைவளைவில் காமம்
இதழ்க்கடையில் நாணம்
இமைவளைவில் காதல்
இளவரசி கானம்

மின்னல் போன்ற புன்னகை
கன்னி இவள் கண்களை
அள்ளி எந்தன் நெஞ்சிலே
கொள்ளை கொள்ளத் தோணுதே

பார்த்த கணம் பார்த்த விழி
கோத்த விரல் வார்த்த மொழி
நேர்த்தி இது நேர்த்தியென
சேர்த்த உடல் சேர்ந்த மனம்

வார்த்தை சொல்ல வருகுதில்லை
வேல்விழியாள் கண்ணசைவில்
வான் திறந்த பெருமழையில்
வடிந்துவிட்ட துயரமெல்லாம்

இளவரசி இனி என்றும்
இளமை திகழ் முடியரசி
வடிவரசி வாடாத
புலமை திரள் சொல்லரசி

சித்திரத்தில் வித்தகத்தை
தூரிகையில் பொத்திவைத்த
முத்தரசி இனிமை தரும்
மூவுலகப் பெண்ணரசி

பற்றி எந்தன் நெஞ்சில் என்றும்
மாறாத மனவரசி
விடியலின் அழகரசி
விண்ணுலகப் பேரரசி
●

## தூய ஒளி

பண்டைய நாளிலே
பாட்டெல்லாம் கேட்டிருந்தோம்
உண்டென்றால் உண்டு
என்று சொன்னாள் இளவரசி

பார் கண்ட நாள் முதல்
பயின்ற பாடம் எலாம் மறந்து
கார்காலம் முடியுமுன்பு
கண்திறக்க வேண்டும் என்றாள்

கண்டுகொண்டான பின்பு
காலம் கழிக்கவென்று
மேலும் கீழும் ஏறி இறங்கி
காவல் உடைத்துக் கட்டியம் கூறி
புள்ளிகளை இணைத்துப் பார்க்கும்
பொழுது போக்கு நடந்தது

விரகத்தில் தவித்திருந்து
விரயம் என்று பாராமல்
பழைய குப்பையைக் கிளறியதில்
கிடைத்தது மூன்றாவது கண்
முந்தைய நாட்டின் மூலவர் முன்பு
பாவலர் பாடிய பாக்களின் பண்களில்
மதுவளர் மேகம் புது வழி திறக்க
இதுதான் வழியென அறிந்து தெளிந்த பின்
மதியொளிப் பாவையின் பனிநிகர்ப் பார்வை
பட்ட கணத்தில் வெட்டவெளியில்
பிறந்த மின்னல் திறந்த பாதை
புதுநிலம் நோக்கிப் புன்னகை விரிய
கண்ணிலும் கருத்திலும் விண்ணொளி நிறைய
ரத்தினம் பதித்த பொன்னொளிர்க் கபாடம்
பத்தும் திறந்து பாசுரம் கேட்க
ஐயாறு திங்கள் அமைதியில் கழிய
பொய்யாத பூவொன்று முகிழ்ந்திடும் வேளை
புனல்பொழி வானகம் கானகம் நுழைய
கனல் திறந்த கண்களில் கசடுகள் மறைந்தன

கள்ளிருக்கும் காதல் மலர் பள்ளிகொண்ட போதினில்
உள்ளிருக்கும் ஊற்றில் அங்கு உயிர் கலந்த வேளையில்
மண்ணிருக்கும் மாந்தரும் விண்ணிருக்கும் தேவரும்
பண்ணிவைத்த பட்டயங்கள் பகல் ஒளியில் மறைந்திட

எண்ணி எண்ணி வைத்திருக்கும் எல்லை கொண்ட
                                    செல்வமும்
வலி மிகுந்த வேளைகள் கவியும் நெஞ்சின் வேதனை
எரி வெகுண்ட நெருப்பினில் கவியும் கள்வர் கூட்டமும்
களி நிறைந்த மனத்தினில் கனவுபோல் கரைந்திட
உருவம் கொண்ட யாவையும் உள்ளமதில் அமிழ்ந்திட
பருவம் கொண்ட பாவை நெஞ்சம் கருவம் கொண்டு
                                    நிமிர்ந்திட
இனிவரும் நாட்கள் எல்லாம் இளமை கொண்டு பொங்கிட
இனிமையும் இனித்திடும் இன்பம் எங்கும் நிறைந்திட
உள்ளம் சேரும் ஆவலில் உயிர்கள் இரண்டும் சேர்ந்திட

கள்ளமற்ற வெள்ளை நெஞ்சம் அள்ளி அள்ளி அணைத்திட
அன்பு கொண்ட கன்னியும் ஆசை கொண்ட காளையும்
மையலோடு சேரும் நாளில் தையல் மன்றம் ஏகிட

வானம் அங்கு திறந்திட
கார்முகில் குவிந்திட
தேன்நிறை மலர்கள் கொண்ட
கார்குழல் விரிந்திட
வான்மழை பொழிந்திட
வாவி இங்கு நிரம்பிட

அண்டம் மிகு பேரண்டம்
அனைத்திலும் அடங்கி எங்கள்
அழகு மிகு இளவரசி
ஆட்சி இங்கு அமைந்தது

துளிகள் ஒன்று சேருமோ
தூய ஒளி கூடுமோ
மாய மங்கை இளவரசி
காதல் மட்டும் காணுமோ
●

## பெயரற்ற இருள்வெளி

பாலைவனத்தின் படிப்படியாய்
நீளும் மணல்வெளி
பதினாறு பேர் தூக்கிச் செல்லும்
பல்லக்கில் இளவரசி
இடது முன்பக்கம் மூன்றாவது
ஆளாக இளவரசன்

பாலைவனச் சோலை அடைந்து
பல்லக்கை நிறுத்திவிட்டு
அதிகாலைப் பேரொளியின்
முடிவற்ற முதல் விரிவில்
குளிர் மண்ணில் கால்புதைய
இளவரசி நடந்து சென்றாள்

பின்தொடந்த இளவரசன்
கடைசியாக அவளிடம்
கவிதை ஒன்றைத்
தந்துவிட்டுப் போனான்
அவன் சென்ற சிறிது நேரத்தில்
காற்று அவன் காலடித் தடங்களை
முற்றாக அழித்துவிட்டது

கைகளால் மனத்தால்
பற்ற முடியாத உன்னைத்தான்
நான் அடைய விழைகிறேன்

உன் காலடித் தடங்கள்
பதிந்த பாதையின் ஓரத்தில்
இருந்த சிறுகற்கள்
என் பாதங்களில்
குத்திக் கீறும்போது
உனக்குள் கரைந்து
காணாமல் போகிறது மனம்

பாழ்வெளியின் இனிமையில்
உன் கீதம் கேட்கும்போதெல்லாம்
மதியிழந்து போகிறேன்

வாழ்வின் ஒளிக்கீற்று
பெயரற்றதன் இருள்வெளியில்
ஊடுருவிச் செல்லும்போது
அது எப்படியும் வளைந்து திரும்பவரும்
என்னும் நம்பிக்கையில்
கணக்கற்ற யுகங்கள் கழிகின்றன

அனைத்தும் அறிந்தவனும்
ஒன்றும் அறியாதவனும்
ஒன்றுதான் என்பதை
நீ அறிந்துகொள்ளும் நாளில்
நான் எங்கே இருப்பேன்
என்று நினைத்துப் பார்க்கிறேன்
அன்பின் சாளரம் எப்போதும்
திறந்து கிடக்கும் அதிசயத்தைச்
சிலர் மட்டும் அறிந்த அந்த ரகசியத்தைக்
காட்டிக்கொள்பவனும்
காட்டிக்கொள்ளாதவனும்
இரு வேறு வேடதாரிகள் என்பதை
வானம் கிழிந்து வெளிப்பட்ட ஒளிக்கீற்றில்
பாயிரம் இல்லாத பனுவல் விளக்கியது

மாலை மயங்கும் நேரம்
நதிக்கரையில் கண்மூடி அமர்ந்து
நடுப்பகலுக்கும் நடுஇரவுக்கும் மையம்
அதிகாலையா அந்தி மாலையா

கேள்விக்கு விடை கிடைக்காமல்
பால்வீதியின் தரிசனம் தேடிப்
பாரெங்கும் திரிந்த அவலம்
முடியும் காலம் வந்தது

எனக்குள் நான் பேசும்போது
இல்லாத வியப்பு
எப்போதாவது உன் மொழி
கேட்கும்போது மட்டும் சிலிர்த்து விரிகிறது

மண்ணைப் பிசைந்து முகங்கள் செய்து
கண்ணும் காதும் வைத்தால் உயிர் வருமா
மூச்சின் ஒருநுனியில் ஓசையும்
மறுநுனியில் நிசப்தமும்
நீர்ச் சொட்டுகளெனத்
தொங்கிக்கொண்டிருக்கின்றன

பாலைவனத்தின் அடியில்
புதைந்து கிடக்கும் நகரத்தின்
பேரழகைக் கண்டபின்பு
கருத்திழந்து காட்டுக்குள்
ஓடிக் களைத்துக் குகை நடுவில்
அசையாமல் நின்று எரியும்
ஒளிச்சுடரின் பிம்பம்
கண்ணில் மினுங்கக்
காற்றோடு போன கலைமானைக்
கதை சொல்லி அழைத்து வந்தேன்

பாழ்நகரம் அல்ல இது
காலம் தீண்டாத கன்னி நகரம்
மேற்கும் கிழக்கும் தெற்கும் வடக்கும்
மேலும் கீழும் உள்ளும் புறமும்
பகலும் இரவும் இருளும் ஒளியும்
காற்றும் நீரும் மண்ணும் நெருப்பும்
கலந்து நிற்கும் பெருவெளியில்
கன்னி கழியாமல்
காத்திருக்கும் நகரம் இது

வாய்க்கால்கள் ஓடினால்
வழி அறிந்து காட்டுமோ
கடலாழக் கண்களின்
காட்சிதான் திறக்குமோ

புனல் பாடும் பாடலில்
பூர்வ ஜென்ம நினைவுகள்
காதலின் சுவையுடன்
கலந்து நின்ற அற்புதம்

ஒளி இருள் கொண்டு
தன்னை மூடிக்கொள்கிறது
இருளின் கிழிசல்களின் ஊடே
பாய்கின்றன ஒளிக்கீற்றுகள்

மேகங்களுக்குப் பின்னால் வானம்
எப்போதும் தெளிவாக இருக்கும்
உண்மை தெரிந்த பின்பு
மேகங்களின்மேல் கோபம் போய்விட்டது
மேகங்கள்தான் எவ்வளவு அழகு

பசும்பாறை செந்தணல்
மாமலராள் இதழ்ச் சிவப்பு
செங்கொன்றை மலர்க்கொத்து
ஈரம் காயாத புதுராகம்

ஆயிரம் ஆயிரம் ஆண்டுகள்
கல்லாய் இறுகிப்போயிருந்த
மலைச்சிகரங்களின் உறைபனி
உருகத் தொடங்கியது

பிறந்தது புதியதொரு நதி
புதிய சகாப்தம்
புதிய பயணம்
புதிய தேடல்
புதிய அடைதல்
புதியதொரு கழிமுகம்
புதிய மேகங்கள்
புத்தம் புதுமழை
பெய்யத் தொடங்கியது'

கவிதை முடிந்தது
இளவரசி நிமிர்ந்தாள்
பாலைவனச் சோலை
பசுமை படர்ந்தது
கண்ணுக்கெட்டிய தூரம் விரிந்தது

இளவரசன் போய்விட்டான்
காற்று அழித்துவிட்ட அவன்
காலடித் தடங்களை
புல்வெளி மறைத்தது
அவன் போன திசை
மனச் சுழற்சியில் மறைந்து போயிற்று
அடையாளம் அற்று எங்கும்
நிறைந்து நின்றது வானம்

●

# மூங்கில் காடு

வெண்ணிறப் பட்டாடை அணிந்து
மூங்கில் காட்டுக்குள் நுழைந்தாள் இளவரசி
மூங்கில் காடும் தனக்குள் நுழைந்து
சுருண்டு மூடிக்கொண்டது
உள்வெளி மாறிப்போயிற்று

தனக்குள்ளே அடைந்திருக்கும்
மூங்கில் புதர்கள்
அடர்ந்த இருள்
தனியே திரியும் இளவரசி
வெளியே புதிதாய் விரிந்திருக்கும்
வரையற்ற அகவெளி

உள்வெளி மாறிப்போன
விந்தை அறியாமல்
சூழ்ந்து மூடிய மூங்கில் காட்டின்
வெளியே வரவும் வழி தெரியாமல்
சுற்றிச் சுற்றி வந்தாள் இளவரசி

தன்மேல் காதல் கொண்டாள்
தனிமையில் கானமிசைத்தாள்
அகவெளிப் புதுநிலத்தின்
வசந்த வாசனையில்
புதிய கானம் எழுந்தது
புலர்ந்தது காலை

இளவரசியின் கானத்தில்
புதிய மூங்கில் குருத்துக்கள்
வெளியே வேர்விட்டு
உள்ளே முளைத்தெழுந்தன

காணாமல் போன மூங்கில் காடு
இருந்த இடத்தில் இப்போது
புதிதாய் முளைத்த மூங்கில் புதர்கள்
குழலோசை பயின்று வருவதாகச்
சொல்லிப் போனான் வழிப்போக்கன்

காற்றில் இழைந்த கானம்
கடுகி விரைந்து ஆற்றில் கலந்து
இளவரசன் நாட்டு
நதிக்கரை போய்ச் சேர்ந்தது
ஆற்றில் நடுவில் மீன்பிடித்த
வயதான மீனவன் வலையில்
அகப்பட்ட மாபெரும் மீனின்
திறந்த வாயிலிருந்து
பெருகியது கானம்

பயந்துபோன மீனவன்
இளவரசனின் காலடியில்
கானம் பாடும் மீனைக்
கனவென்று சமர்ப்பித்தான்

இளவரசி குரல்
இதயத்துள் நுழைந்தது
இங்கிவளின் கானம்
பூதலத்தின் குரல்போல்
கேட்கும் அதிசயத்தின்
ஆரம்பம் எதுவென்று
கேட்டான் இளவரசன்

மர்மம் துலங்க
பாதி ராஜ்ஜியமும்
பகல் நேரம் பார் புகழும்
மீதி ராஜ்ஜியத்தின் மோகனமும்
ஓராண்டு தருவதாக
முரசறைந்தான் இளவரசன்

வழிப்போக்கன் வந்தான்
புதிய மூங்கில் காட்டின் கானம்
மீனின் வாயிலிருந்து
பெருகி வருவதைக் கேட்டான்

நாட்டின் எல்லைக்கு வெளியே
தனியே அழைத்துச் சென்று
இளவரசனின் காதில்
ரகசியக் குரலில் சொன்னான்

இளவரசன் தனக்குத் தந்த
ராஜ்ஜியம் வேண்டாமென்று
மோகனத்தை மட்டும் அவன்
தனியே எடுத்துப் போனான்

மந்திரியிடம் நாட்டை ஒப்படைத்து
மூங்கில் காடு தேடி அப்போதே
புறப்பட்ட இளவரசன்
பரிசலேறி வழிகாட்டும் கானம்
கேட்டுக்கொண்டே மாலை நேரம்
மூங்கில் காட்டை வந்தடைந்தான்

கானம் கேட்டது
காதலாள் அவளைக் காணவில்லை
அலைந்தான் அங்குமிங்கும்
நிலத்திலிருந்து கானம்
நிறைந்தெழுவதை அறிந்தான்

நிலம் தோண்டினான்
நீர் பெருகி வந்தது
நீரிறைத்து வெளியேற்றி
நிலம் திறந்து நாயகியின்
மோனக் குரல் கேட்டு
நெஞ்சம் பரிதவித்து
வசந்த வாசனையின்
கிளை பிடித்து உள்புகுந்தான்

நட்ட நடுக்காட்டில்
புதரின் கீழ் அமர்ந்திருந்து
கானம் இசைத்துவந்த
காதலியின் வதனத்தைக்
கருமேகம் போன்ற
கன்னியவள் கார்குழலைக்
கண்டு நெஞ்சம் கனிந்துருகிக்
காதல் பதறும் கையில்
அள்ளி அணைத்தெடுத்து
மூங்கில் காட்டின் உள்ளிருந்து
தோண்டிய நிலவழிக் கிளைபற்றி
இரவு நேரம் வெளிவந்து
நிலவொளியில் தன்
மடிமீது படியவிட்டான்

வெண்ணிறப் பட்டாடை
நிலவொளியில் ஒளிர்ந்திருக்க
மண்ணின் மணம் அவள்
நாசியில் நிறைந்திருக்க
மூங்கில் குழலோசை
மூச்சில் நடை பயில

அதிசயம் பெண்ணுருக்கொண்டு
அவனியில் ஒளிவீசி
அழகாய்ப் படுத்திருக்கும்
அற்புதம் கண்டு அங்கு
வானோர் மண்ணோர்
கந்தர்வ கின்னரர்
யட்சர் தேவர் கீழிறங்கி வந்து
தலை குனிந்து தாள் வணங்கித்
தாம் என்ன தவம் புரிந்தோம்
கண்கொள்ளாக் காட்சியினைக்
கண்டு மனங்குளிர
விண்டு விரிந்து விளக்கமுற
மேன்மை திகழ் தோளும்
மேடிட்ட திருமார்பும்
உடுக்கை இடையும்
விரிந்தகன்ற இடுப்பும்

தேவியவள் இளவரசி
தேன் கசியும் செவ்வாயின்
ஓரத்தில் நகை மிளிர
மலர்விரியக் கண்திறந்தாள்

இளவரசன் முகம் கண்டாள்
இனிமையின் இனிமையாய்
நெஞ்சம் நிறைந்து
நனவும் கனவும்
பெருமிதம் பொங்கப்
பேருலகம் ஓங்கி நிற்க
மடிமீது தான் தவழும்
ஒய்யாரம் ஒசிந்துருகக்
கையூன்றி எழுந்திருந்தாள்

தையலவள் கண்களில்
மையல் அலை ததும்பக்
கைநீட்டிக் காதலனை
மெய் சேர அணைத்தாள்

சுற்றியிருந்தோர் மறைந்துபோயினர்
உலகம் சுற்றுவது நின்று
சூழ்ந்த மௌனத்தில் அமிழ்ந்தது
இளவரசனும் இளவரசியும்
காணாமல் போய்
அணைப்பு மட்டும்
அளவின்றி விரிந்தது

அவளை அவளால்
அறியும் அறிவை
அடைந்தான் இளவரசன்
அற்புதம் தொடங்க
ஆழ்வெளி பரந்தது
அகமும் விரிந்தது
அடிமுடி காணா
அகிலமும் படர்ந்தது
அன்பெனும் வாசல்
அகலத் திறந்தது

•

# கண்ணாடி

இளவரசி தன்னைக்
கண்ணாடியில் பார்த்துக்கொண்டாள்
கண்ணாடி இளவரசியைப்
பார்த்துப் பிரமித்தது

தொலைவும் அண்மையும் ஒன்றாய்ப் போயின
அப்போதும் இப்போதும் ஒரு நேரமானது
நதியும் நதிசேரும் கடலும் ஒரு ராகமானது
கடலும் கடல்சூழ் மேகமும் ஒரு வார்த்தையானது
மேகத்தை வானம் சூழ்ந்தணைத்துக் கொண்டது

வானம் வழியெங்கும் வாக்காய் விரிந்தது
வாக்கின் ஓசையில் வண்ணங்கள் விரிந்தன
பார்க்கும் பார்வையில் பாலாழி திறந்தது
மேற்கும் கிழக்கும் மேதினி எங்கும்
பார்த்து மகிழ்ந்திட வந்தாள் இளவரசி

திரை விலக்கித் தீ மூட்டி வெளிச்சம் காணத்
தெருவெங்கும் அனைவரும் தேடிப் பார்க்க
வான்மேகம் அணிதிரண்டு வரிசை காட்டக்
கண்களிலே கார்மேகம் கனியும் நேரம்
கரும்பு வில் புன்னகையாய் வளைந்து நிற்க
நாணம் சில கணங்கள் நாவைக் கட்டப்
பேச்சின்றி மூச்சின்றிப் பொலிந்தாள் இளவரசி

இளவரசிதனைக் காணும் ஆர்வம் கொண்டு
இனிமைநிறை மனத்தினொடு இங்கும் அங்கும்
அலைந்துவரும் மக்களெல்லாம் அருகில் வந்து
அழகு மிக அழகு எனச் சொல்லக் கேட்பீர்

என்றாலும் எங்கள் இளவரசியைப் போல்
எங்கெங்கே தேடியும் கிடைப்பதில்லை
இங்கு இந்தக் கேள்விக்கெல்லாம் பதிலைச் சொல்லி
இளவரசி கருணைமிகு இதயம் காண்பீர்

•

ஆனந்த்

## பாதையின் பதிவுகள்

பாதையின் பதிவுகள் பயின்றுவரும் நாளில்
கோதை கார்குழலி கோயில் நுழைந்தேகி
மூதாதையர் வணங்கும் முப்புர நாயகி
துயிலும் அழகில் மதியும் இழந்து
மாதவம் செய்ய மனமும் இன்றி
மயங்கி விழுந்து இளவரசன்
மலரின் உள்ளே விழித்தெழுந்தான்

மாலை வேளை மாங்கனி பறிக்க
நந்தவனத்தில் நுழைந்தாள் இளவரசி
மலரிதழ் மேவும் முகம் மலர்ந்து விரிய
அகம் பரவும் அளவற்ற ஆழம் கண்டாள்
அருமை கண்டாள் அழகு கண்டாள்
இதுவரை காணாத இனிமை கண்டாள்
மலரினுள் விழித்திருந்த
இளவரசன் முகம் கண்டாள்

மென்மையின் கூர்மை அறிவாயா?
யாது அதன் நிறம்? எனக் கேட்டாள்
மழையின் நிறம் அது
மாதவம் செய்தோர்க்குக்
கனிநிறம் கற்பூரப் பனி நிறம்
நெஞ்சம் நிறைக்கும் மன நிறம்
உதிராத மலரின் புதுநிறம்
என்றான் இளவரசன்

இலைநுனி தொங்கும்
பனித்துளி அனைத்தும்
இளவரசி வதனம்
இனிய மழை பொழியும்

கனவில் இதுபோல் என்றும்
கண்டிராத காட்சி
காவியங்கள் எதிலும் இன்னும்
காணாத காட்சி

கன்னியவள் மீதில்
காதல் மிகக்கொண்டு
என்னுயிரின் வாழ்வும்
மண்ணுலகின்மீது
பண்ணிசைக்க விண்ணதிர
அன்னமவள் நெஞ்சில்
அன்புடனே நானும்
என்றும் குடியிருக்க
ஏழு கடல் ஆழம்
எண்ணம் இங்கு ஏங்கும்

கார்முகிலைப் பிளந்து
கண்ட புதிர் யாவும்
கண்விழி மலர்ந்த ஓர்
காதல் கணம் திறக்க
மின்னலெனக் காட்டி
மீண்டும் அது மறைந்த
ஜாலம் விரியும் அந்த
மாயக் கணப்பிளவில்

நெஞ்சில் குழையும் நீள்விசும்போசை
பஞ்சினும் மென்மை பனிமலராகப்
பெண்ணெனும் ஓயிலான ஒளிமலராகக்
கண்ணில் கலந்து மூச்சில் முயங்கி
நெஞ்சில் விரிந்து பார்வையில் பரந்து
நாவில் நடம் புரியும் நாயகி நாமம்

நெஞ்சை நிறைக்கும் மகிழ்ச்சியின் வலி
சுவாசத்தின் பாதையில் உள்ளே புகுந்து
விரிந்த கணத்தில் கண்கள் திறக்க
இளவரசன் கண்ணில்
புலப்பட்டாள் இளவரசி

மாய உலகின் மலர்க்காட்டில்
அவிழ்ந்து பரவும் நறுமணத்தை
ஆடையாய் அணிந்து அதிகாலை
நகர்வலம் புறப்பட்டாள் இளவரசி

துயிலில் ஆழ்ந்திருந்த உலகில்
யாரும் அவளை அறியவில்லை

நந்தவனங்களில் புகுந்து
மலர்களை நிரப்பினாள்
விடியலுக்கு முன் எழுந்து
விழித்திருந்த வெகு சிலரின்
நாசியில் புகுந்து நெஞ்சை நிறைத்தாள்
குயிலின் குரல் திறந்துவைத்த
நிலைவாசலுக்குள் நுழைந்தாள்

குறை தீர்ந்த உலகின் விரிவில்
நீளும் பாதையின் இருபுறமும்
நீலமலர்ப் புதர்கள்
பாவையவள் பேரழகைப்
பறைசாற்றிப் பாட்டிசைக்கச்
சுவாசத்தின் ராகம்
சுவடின்றிச் சூழ்ந்திருக்க
வாசத்தின் மோகனம்
வாவென்று வரவேற்க
அறுசுவை கடந்த
அப்பாலின் சுவையறிய
மறுசுவை அவள் அதரத்
தேன்சுவை அறிந்தவுடன்
அச்சுவையும் இச்சுவையும்
அடங்காத புதுச் சுவையின்
லாகிரியில் மிதந்துவந்து
தீ மலரின் வாவியதில்
முகம் புதைத்து முக்குளித்து
மூழ்கித் திளைத்த அந்நாள்
முழுதும் நினைவில் வரும்

நதியின் பாதையில் நகர்ந்து போகும்
விதியின் பாதை இதுவெனக் கண்டு
வலியின் கூர்மை நெஞ்சை இரண்டாய்ப்
பிளக்கும் வேதனை அறிந்தான் இளவரசன்

ஆடாமல் அசையாமல்
ஓடாமல் ஒளியாமல்
தேடாமல் திரியாமல்
அகிலமெங்கும் அலையாமல்
அங்குமிங்கும் பார்க்காமல்
வேகம் அடங்கி அங்கு
வேதனையில் ஆழ்ந்திருந்தான்

பாறைகள் அவிழ்ந்தங்கே பனித்துளியாய் மாறிவர
நீரலைகள் கரை கடந்து நிலமெங்கும் முரசறைய
ஆவினங்கள் மடி திறந்து 'அம்மா' என்றழைக்கப்
பூவிரியும் தேன்சோலைப் புள்ளினங்கள் பாடிவர
'ஆகா' என நெஞ்சில் ஆச்சரியம் பரவிவர
மொட்டவிழும் கட்டழகு மூச்சடைக்கும் பேரழகு
கட்டியாண்டுவிடக் கைதுடிக்கும் அவளழகு
எட்டாக் கனியெனவே எங்கேயோ நிற்கின்றாள்
பட்டொளி வீசும் பாவை அவள் நினைவில்
எட்டுத் திக்கும் அவள் புகழ் ஓங்கி விரிந்திடவே
கண்ணான கண்மணியே கற்பகமே கனிச்சுவையே
முடிவான முதற்பொருளே முழுநிலவே நின்னிதழின்
முத்தான சொல்லதனைக் கோத்துப் பாமாலை
பாடி மகிழ்கின்றேன் பவளவாய் திறந்திடுவாய்
ஆடி நிலைக்கின்றேன் அகிலமெங்கும் நிறைந்திடுவாய்

அம்மா நின் சேவடிகள்
தேடி அலைகின்றேன்
அருள்கூர்ந்து என்னெஞ்சில்
அமர்ந்து நீ ஆட்சி செய்வாய்
வான்பொருளே வையத்தின்
தேன் அமிழ்தே நின்றன்
பொன்னாவி மேனியினைப்
பொழுதில்லாப் பெரும்பொழுதை
என்னாவி எந்நாளும்
ஏங்கித் தவிக்காமல்
தேடியலைந்த ஏக்கம்
தேய்ந்து கரைந்திடவும்

பாடிப் பரவசம் உள்ளே
பாய்ந்து அடைந்திடவும்
கூடிக் குலவி நெஞ்சம்
குளிர்ந்து அடங்கிடவும்
ஆடிப் பரவி உள்ளம்
ஓய்ந்து ஒடுங்கிடவும்
நீயும் எனக்கருள்வாய்
நிகரற்ற நிலை தருவாய்

நித்திலமே நின்றன்
நீண்ட புகழ் பாடி
இத்தரணி இருக்கும்வரை
இருந்து கலந்திடவும்
நான் உன்னைச் சேர்ந்திடவும்
நின்னருளால் நின்னருளை
நான் என்றும் அடைந்திடவும்
நலம் கேட்டேன் உன்னிடம்
நாமகளே அளித்திடுவாய்
பால்போன்ற இதயமதைப்
பாமகளே பயிற்றுவிப்பாய்
என்று பலவிதமாய்
ஏங்கி நின்றான் இளவரசன்

பொங்கி வரும் புதுப்புனலில்
பொய் தீர்ந்த புதுவிளக்கில்
உயிர் கலக்கும் உள்ளுணர்வில்
உன்னதப் பெருங்கடலில்
ஓய்ந்து உறங்கிடுவாய்

போதுமிந்தப் போய்வரவு
ஆய்ந்து நீ கற்ற
அரும்பெரும் அறிவையெல்லாம்
அறவே விடுவித்து
அன்பென்னும் அகல்விளக்கில்
அலை ஓய்ந்து உறங்கிடுவாய்

என்று இளவரசி
ஏந்திழையாள் சொன்ன மொழி
மன்று நிறைந்து
மனம் நிறைந்து வழிந்தோட
என்றும் என்னெஞ்சில்
இருந்து கலந்தாட

மலரின் கணத்தில்
உறைகிறாள் இளவரசி
இரவின் பேரொளியில்
எல்லைகளுக்கு அப்பால்
மேகத்தின் வாசனையில்
மலைமுகட்டின் மென்மையில்
நீர்நிலையின் பெருந்திடத்தில்
பாயும் மானின் நிச்சலனத்தில்
பறவையின் பாடலின் மோனத்தில்
உயிராய் நிறைந்து
உறைகிறாள் இளவரசி

•

## மலர்வனம்

மலர்வனம் தேடி வந்தான் இளவரசன்
வனக்கோட்டை நடுவில்
வான்விரியும் பொய்கையின் மையத்தில்
பூவிரியும் மோனவெளி கார்முகிலின் வண்ணம்
கானவெளி விரிந்தங்கு பாய்ந்திருக்கும் வேளை
கோலமயில் கண்மலர்ந்து மான்கள் விளையாட

மின்னல் வரும் நேரம்
கண்ணவிழ யாரும்
பண்ணிசைக்கும் பாவலரின் எண்ணமது போலே
கன்னியவள் வந்தாள்
கலிதீர்த்து நின்றாள்
காதல் மனம் சொல்லவிழக் களிநிறைந்த நெஞ்சம்
மங்கையவள் மனத்தில்
மழை பொழிந்து கரைய
மாலையிலும் காலையிலும் மறையாத மாயம்
இனிமைநிறை வானம்
கனவில் வரும் ராகம்
பூ மலரக் காய் கனியத் தேன் ஊறும் கானம்
அழகு மிகு முகமும்
அருமை அவள் மனமும்
அமைதி விரியும் நெஞ்சும்
அறிவு கடந்து ஏகும்
அன்பு வெளியதனில்
அளவு இலா ஆழம்

தன் இனிமை தானே
தலை அவிழத் தெரியும்
மலை நிமிரும் நேரம்
அலை அடங்கிப் போகும்

இளவரசி இனிமைநிறை ஒளி விரியும் காலை
பவளமொழி பகரும் அவள் பனித்துளியாய் உருகும்
காதல் மனம் தேடும்
நதி சேரும் கடலும்
பாதையெங்கும் சேருமிடம்
நிறைந்திருக்கும் மாயம்

●

## மேலும் நடக்கும் நாடகம்

மேடை கலைந்த பின்பும்
மேலும் நடக்கும் நாடகம்

பார்ப்பவர் எல்லாம் தத்தம்
வீடு போய்ச் சேர்ந்து
உண்டு உறங்கிய பின்பும்
தொடர்கிறது நாடகம்

மேடைமீது இன்னும் அணையாமல்
எரிகிறது விளக்கு

இளவரசனும் இளவரசியும்
பேசிக்கொண்டிருக்கிறார்கள்

    இப்போது என்ன செய்யப் போகிறோம்?
        புதிய நாடகம் போடலாம்
    என்ன நாடகம்? என்ன கதை?
        'புதிதாய்ப் பிறப்போம்' என்ற கதை
    அது என்ன?
        நீயும் நானும் இளவரசி இளவரசன்
        என்பதை மறந்து போகிறோம்
    அட, சுவாரசியமாக இருக்கிறதே, பிறகு?
        எல்லோரையும்போல்
        சண்டை போட்டுக்கொண்டு
        பிரிந்து போகிறோம்
    அது வேண்டாம்
        ஏன்?
    வலிக்கும்
        சும்மா, கதைக்காகத்தானே?
    இல்லை வேண்டாம்
        பரவாயில்லை இருக்கட்டும்
    எதற்கு இந்த வலிக்கும் விளையாட்டு?
        வலி கடந்தால் வழி கிடைக்கும்

வலி இல்லாமல் வழி இல்லையா?
வலி கடந்தபின் வழி திறக்கும்
வலி எப்படி உண்டாகும்?
நான் அச்சம் கொண்டவனாக இருப்பேன்
நீ சினம் கொண்டவளாக இருப்பாய்
ஏன் அவ்வாறு இருக்க வேண்டும்?
இல்லையெனில் ஒன்றுமே நடக்காது
குறைகளின் நாடகம்தான் வாழ்க்கை
குறைகளில்லாத உலகம் எப்படி இருக்கும்?
குறைகள் இல்லையெனில் உலகம் இல்லை
உலகம் தேவையில்லை
குறைகளின் அலை எழும்பும்
பெருங்கடல் உலகம்
சரி ஒப்புக்கொள்கிறேன்

தொடங்குகிறது புதிய நாடகம்
இளவரசனும் இளவரசியும்
வெவ்வேறு நாடுகளின் அரண்மனையில்
புதிதாய்ப் பிறக்கிறார்கள்
தங்களை மறந்து போகிறார்கள்

குதிரைக் கூட்டம் வந்தது
புழுதி மேகம் கிளர்ந்தது
சீக்கிரமாய் ஓடின
சிற்றெறும்புச் சாரைகள்

படகோட்டியின் பாடல்
அலைகளோடு சேர்ந்து
கரையை வந்தடைந்தது
கரையில் முளைத்தன
நீலவண்ணப் புதுப்புற்கள்

அயல்நாட்டுத் தூதுவன்
கொண்டுவந்த சேதி கேட்டு
கோபம் கொண்டான் பேரரசன்
போர் முரசு அறையச் சொன்னான்
வயதான மந்திரி தடுத்தான்
அமாவாசை வரையில் எந்த முடிவும்
எடுக்க வேண்டாம் என்று சொன்னான்

வளர்த்து எடுத்த மூத்த மந்திரி
சொன்ன சொல் கேட்டு
முடிவைத் தள்ளிப் போட்டான் அரசன்
சுக்ல பட்ச சதுர்த்தி அன்று
வந்தான் புதிய தூதுவன்
அயல்நாட்டு அரசன்
முடக்குவாதத்தில் படுத்துவிட அங்கு

ஆட்சியில் அமர்ந்த இளவரசன்
நட்புக்கரம் நீட்டுவதாய்ச்
சொன்னான் வந்த தூதுவன்
மந்திரி மெல்லச் சிரித்தார்

இளவரசி கரம் பற்ற
இளவரசன் விழைவதாகச் சொல்லி
சித்திரம் தந்தான் தூதுவன்
சித்திரம் கண்டாள் இளவரசி

ஆழ நடுக்குளத்தில்
அலைபாயும் கரையருகில்
அவன் இருக்கும் அழகு கண்டாள்
அக்கணமே மையல் கொண்டாள்

பல்வழிப் பாழின் பகலொளி நடனம்
இல்லது அல்லது வல்லது ஆகும்
தொடர்நாடகத்தின் படர்கதைக் காவியம்

மேதினி தோன்றும் மேலவர் தோன்றுவர்
ஆதி நாடகத்தின் அருள்ஒளி தோன்றும்
பாதி நாடகம் தற்போது நடக்கிறது
மீதியின் பாதியில் அருள்வெளி திறக்கும்

காலவெளிக் கதையின் கட்டம் வந்தது
கன்னியும் காளையும் கருத்தொருமித்துக்
காதலின் பாதையில் கைகோத்து நடந்தனர்

வீடு கட்டினர்
கட்டடங்கள் விளைந்தன
உறவின் கட்டங்கள் கடந்தன
கால மயக்கம் சூழ்ந்தது
மாயக் கலகம் விளைந்தது

மனத்தில் கலக்கம் நிறைந்தது
சுவர்கள் எழுந்து பிரித்தன
தத்தம் வழியே இருவரும்
தனித்த பாதையில் நடந்தனர்

தனக்குள் தனியே தனிவழிப் பாதையில்
கானகத்திருளில் கால்நடையாகத்
தனக்குள் தானே பேசிக்கொண்டு
தலையைக் குனிந்து நடந்தான் இளவரசன்

ஏனிந்த நாட்களெல்லாம்
இடைவந்து இடையூறாய்
வானிழந்த மேகமென
வாடி நான் அலைகின்றேன்

பாட்டுடைத் தலைவியவள்
பால் வடியும் முகம் தன்னைத்
தேடித் திரிந்த அந்த
நாட்களில் நான் கண்டதில்லை

காட்டில் திரிந்துகொண்டு
காதலில் அலைந்துகொண்டு
பிரிவின் துயர் மனத்தைப்
பிய்த்தெடுத்து நாற்புறமும்
வீசி விளையாடும்
விரகத்தில் நான் இங்கு

நீ என்னுடன் இல்லாத
நரகத்தில் நான் மட்டும்
நலிந்து நயமிழந்து
நாடி அலைகின்றேன்

காதல் இளவரசி
கட்டழகி காம நதி
கன்னி உனைக் காணாமல்
கன்றிப் போகுதென் உள்ளம்
நாவில் உன் பெயர் மட்டும்
நன்றினிக்க நாளெல்லாம்
நான் பாடி மகிழ்கின்றேன்
நல்ல சுவை நானறிவேன்

அல்லல் பட்டு நான்
ஆழ்துயரில் அமிழ்ந்துவிட்டேன்
சொல்லழகும் பொருளழகும்
சேர்ந்து இணைந்திருக்கும்
சொல்லின் குமரி நீ
சோர்விலாச் சொல்லூற்றின்
சுந்தர வடிவம் நீ
உன்னை இழந்துவிட்டு
உள்ளமே பாழாக
என்ன நான் சொல்லுவேன்
ஏந்திழையே நீ அருள்வாய்

பந்தியிலே இலை போட்டுப்
பாதியிலே எழுந்திருந்தால்
பசிதான் நீங்கிடுமோ
ருசியும்தான் தெரிந்திடுமோ

பாவியேன் என்னை நீ
பள்ளத்தில் தள்ளுவதேன்
ஆவி கலங்குதடீ
ஆயிழையே எந்தன் உயிர்
மேவி நிற்கும் மேன்மை
உனதெனவே அறிந்துகொண்டேன்

காவி உடுத்துக்
காடு மலை ஏறி இங்கு
நாடி உன் வரம் பெறவே
நான் அலைந்து திரிகின்றேன்
பாடி உனை நினைந்து
பரிதவித்துக் கலங்குகிறேன்
ஏடீ நீ இவ்வாறு
ஏன் வருத்தி வாட்டுகிறாய்
கோடிப் பொன் தந்தாலும்
கோமகளே உன் நினைவைப்
போற்றிப் புகழாமல்
போவதெங்கே நானறியேன்

ஆடி முடித்துவிட்டு
அங்குமிங்கும் பாராமல்
தேடிவந்த தேனமுதைத்
தெவிட்டாத தீஞ்சுவையை
ஆன்ற பெரும் அழகி
அணங்கு அவள் அரும்புகழை
பிணக்கம் தீர்த்துப்
பெருமழை பெய்த பின்னர்
கணக்கில் அடங்காத
காதலின் காவியத்தில்
அன்பான நெஞ்சத்தின்
அண்மையில் நான் ஓய்ந்துறங்க

மணக்கும் அவள் உடலின்
மாயத்தில் நான் கரைய
எங்கே நீ போய்விட்டாய்
என்னுயிரே இன்னமுதே

வளியிழந்த வனம்போல
அசைவற்று உயிரற்று
வண்ணம் இழந்து இங்கு
வாடுதடி என் நெஞ்சம்

உன்னை அடைந்திடவும்
உயிரூற்றில் கலந்திடவும்
பண்ணிய தவமனைத்தும்
பாவை உன் காலடியில்
பணிந்து சமர்ப்பித்தேன்
பார்த்தருள வேண்டுகிறேன்

ஆவியில் கலந்துவிட்ட
அற்புதப் பேரொளியை
அழகு பொலிந்து நிற்கும்
அதிசயத் தேனூற்றை
அடைந்து நான் இங்கு
ஆடி மகிழ்ந்திடவும்

கடைந்தெடுத்த சிற்பம்போல்
உடல் வளைந்து நிற்பவளை
வாரி அணைத்து
வையமெங்கும் நான் நிறையப்
பார் நிறைத்துப் பார் கடந்து
பாலொளிப் பாவைதன்னைப்

பார்க்காத பார்வையினைப்
பார்த்து இன்பம் அடைந்திடவும்
படிக்காத பாசுரத்தைப்
படித்து நிலை எய்திடவும்
நாளெல்லாம் நான் தொழுதேன்
நலம் எனக்குத் தந்தருள்வாய்

நெஞ்சக்குடில் அமர்ந்த நாயகியே
கொஞ்சும் கிளிமொழியே
கோகிலத்தின் மென்குரலே
மஞ்சத்தில் குழையும் மலருடலே

காதல் பெருவீச்சே
கன்னிமகள் தேன்வீச்சே
யான் இனிமேல் எந்நாளும்
உள்ளே உறைந்திருந்து
ஒளிரும் உன் அருளைப்
போற்றிப் புகழ் பாடி
ஆடி மகிழ்ந்திடுவேன்

என்று இளவரசன்
சொன்ன மொழி கேட்டுவிட்டுக்
காதல் இளவரசி
கண்விழித்துப் பார்த்துவிட்டுத்
தூக்கம் கலைந்தெழுந்து
துயரமெல்லாம் தீர்ந்துவிட்டுக்
காதல் மணவாளன்
கனிவான இளவரசன்
கைகளிலே அடங்கிக்
கனியமுதத் தேனிதழைத்
தந்து களிப்பேற்றித்
தரணியெல்லாம் மறந்திடவும்
மீண்டும் உனைச் சேர்ந்து
மகிழ்ந்து அணைத்திடவும்

கண்ணாளா எந்தன்
விண்ணாளும் பெருவிளக்கே
மண்ணாள வந்த உனை
எந்நாளும் சேர்ந்திடவே
பொன்னான என் நெஞ்சம்
பெரும்ஆவல் கொள்ளுதடா

புண்ணாகிப் போனதடா
பொய்கையைப்போல் நீ வருவாய்
என்னாவி உனைச் சூழ்ந்து
விண்மேவிப் பாரெங்கும்
விரிந்து உனைச் சேரும்
வேட்கை மிகவானதடா

கானகப் பெருங்களிறே
காதலின் பேராறே
கண்டு உனை என்றும்
கலந்து மகிழ்வுறவே
ஏங்கி நான் நிற்கின்றேன்
ஏமாற்றம்தான் வேண்டேன்
ஏடெடுத்துப் பார்த்ததில்லை
ஏந்திழை நான் உன் மடியில்
இப்போதும் எப்போதும்
ஆயாசம் ஏதுமின்றி
வாரி நீ எனை அணைத்து
வாயார முத்தமிட்டுக்
கைகளுக்குள் சிறை வைத்துக்
கண்மணியே என்று சொல்லி
வைகறைப் பொழுதுவரை
வளையல்கள் ஓசையிடக்
காலைப் பொழுதுவரை
காற்சதங்கை சப்தமிட
உடல் விடுத்து நாமிருவர்
ஓங்கிப் பெருகிடவும்
மடல் திறந்த தாழைபோல்
மயக்கம் நான் அளித்திடவும்
ஆவல் மிகுந்து நெஞ்சம்
ஆர்ந்தெழுந்து விரிந்திடவும்
பாரெங்கும் உனைக் கண்டு
பாடல் பயின்றிடவும்
காணும் இடம் யாவும் – உன்
காட்சி புலப்படவும்
மெய் சோர்ந்து நிற்கின்றேன்
மேதினியில் தனியே நான்

நாயகனே நானுன்னை
நலம் நிரம்பிக் கூடிடவே
கொஞ்சும் மொழி பேசி
கோலாகலம் நிறைந்து
அன்புநிறை நெஞ்சினொடு
அற்புதக் களி கொண்டு
ஆடி மகிழ நான்
ஆசை கொண்டேன் நீ வருவாய்

என்று இளவரசி
சொன்ன மொழி கேட்டுவிட்டு
விழித்தெழுந்த இளவரசன்
விடுகதைதான் அவிழ்ந்துவிட்டு
விண்ணவரும் மன்னவரும்
வேண்டி நிதம் தவம் புரியும்
இளவரசி கடைக்கண்கள்
இமைக்கும் இடைவெளியில்
இதயத்துள் உலகமெலாம்
இலங்கி நிற்கும் பேரழகைக்
கண்டுகொண்ட இளவரசன்
கண்ணிமைக்க மறந்துவிட்டான்

விண்டு விளக்கமுற
வேல் நிகர்த்த கண்கொண்டு
வேங்கைபோல் உடல்கொண்டு
நாடி நரம்பெங்கும்
நலம் அதிரும் நடனமென
வாடீ என் பைங்கிளியே
வந்து என் கைகளுக்குள்
இறுகும் வரை உனை அணைக்கும்
இனிமையிலும் இனிமையான
இதயவெளிக் காவியத்தின்
இன்பம் வெளிப்படவும்

புதிய ஒளி பாரெங்கும்
படர்ந்து நிறைந்திடவும்
அடர்ந்த இருள் கலைந்து
அகிலமெலாம் நிலைபெறவும்
பார்த்து என் நெஞ்சம்
பாகாய் உருகிடவும்
நெஞ்சக் குருத்தில்
நிலைகொண்டு நீ இருக்கும்
நிகழ்வில்லாப் பெருநிகழ்வு
நிம்மதியின் நீள்நிலமாய்
நாடகம் முடிந்து
நாம் இருவர் பாத்திரமாய்
நல்ல இசைப்பொருளாய்
நாவினிக்கும் தேனமுதாய்
நல்ல கதை இதுவென்றே
நால்வரும் இன்பமுற

நாடகத்தின் முடிவில்
பூடகத் திரை விலக
இளவரசனும் இளவரசியும்
தமை உணர்ந்து தாம் நடித்த
பாத்திரத்தின் சுவையுணர்ந்து
வேடத்தின் முகம் களைந்து
மேடையில் விளக்கெரிய
கட்டியணைத்துக் கண்மலர்ந்து
ஒன்றே பலவாகத்
தோற்றமுறும் ஜாலத்தின்
ஒருவரே இருவராகப்
பிரதிபலிக்கும் மாயத்தின்
உட்சுவை உணர்ந்து உள்ளே
ஒளிவீசும் ஒளியுணர்ந்து
வெளியென்பதில்லாத
உள்ளமே உலகாக

உணரும் அனைத்தும்
உயிரனைத்தும் தானாக

நிலைக்கும் நீள்நிலத்தின்
உள்ளுணர்வாய் இளவரசி
உள்ளிருந்து வெளித்தோன்றும்
உலகமாய் இளவரசன்

மற்றவர் என்ற மாயம்
மறைந்துபோய்த் தான் மட்டும்
நின்று தன்னை உலகாகப்
பிரதிபலிக்கும் உண்மை
விண்டு விளக்கமுறத்
தான்தானே தானே
தானேதான் தானே
தானே தான்தானே
தானே தானேதானே...

●

## நீலக்குயில்

நித்திரையின் ஆழத்தில்
நீலக் குயில் கண்டேன்
நிச்சலனம் நிறைந்தவுடன்
நீள்விழிகள் கண்டவுடன்
பச்சிளம் நாயகி உனைப்
பார்த்துவிட விழைகின்றேன்
வாலைக் குமரி நீ
வந்து எந்தன் உளம் சேர்வாய்
வாயார வாழ்த்துகிறேன்
வஞ்சனைகள் நானறியேன்

தேனை நிரப்பி வைத்த
தீங்குரல் கேட்கும் அந்தக்
கானகத்து மையிருட்டில்
வானகம் இறங்கிவரும்

நிதம் உன் உளம் சேர
நிம்மதியும் அடைந்திட
பதம் அடைந்து நிற்கின்றேன்
பாவை நீ வந்திடுவாய்
ஆறாய் ஓடும் உந்தன்
அன்பின் பெருவெள்ளம்
ஆதிக் கடலடையும்
அந்நாளை எதிர்நோக்கிப்
பாரிலே நானும்
பன்னாளாய்க் காத்திருந்தேன்

நீளும் இரவுகளும்
நீள்நிலத்தின் பாதைகளும்
காயும் பகல் நிலவும்
கண்ணெதிரே வெங்கானலும்
தோயும் கடுந்துயரும்
தோள்களிலே பெருஞ்சுமையும்
பாயும் உன் பார்வையிலே
பளிச்சென மறைந்தனவே

கொய்யாக் கனியெனவே
பொய்யாப் புனல் வருகை
மெய்யான நிலமிங்கு
கைப்பட்ட பெருங்கணத்தில்
கலையாத ஓவியமே
எனையாளும் காவியமே
புரியாத எந்நெஞ்சில்
பொன்விளக்கேற்றிடுவாய்

மின்னல் இங்கு பாய்ந்து வந்து மோதுகின்ற போதிலும்
வண்ணம் கொண்ட வேங்கை இங்கு வந்து நின்ற வேளையில்
உற்ற நெஞ்சம் கற்ற கல்வி மொழியிழந்த நேரமும்
பற்றி நின்ற வானவில்லைப் பார்த்துவிட்ட பார்வையில்
ஆயிழையின் மேனிமொழி அறிந்துகொண்ட கணத்தினில்
வாய் திறந்து சொல்ல இங்கு வார்த்தை ஒன்றும் இல்லையே

●

## காட்டுக்குள்ளே இளவரசன்

மாலை நேரம் காலார
உலவச் சென்ற இளவரசன்
கவியும் இருளில் வழி தெரியாமல்
காட்டுக்குள்ளே நுழைந்துவிட்டான்

பொய்கைக் கரையில் புள்ளிமான் கூட்டம்
பொழுது மடியும் வேளையில் அங்கே
வெள்ளைப் புரவி விரைந்து வந்தது
வெண்ணிற ஒளி எங்கும் பரவி விரிந்தது

தன்னை மறந்து நீண்ட நேரம்
பார்த்து நின்றான் இளவரசன்
காலம் கழிவதைக் கணக்கிட மறந்து
புரவியின் அழகில் லயித்து விட்டான்

புரவி நகர்ந்து போனது அங்கே
ஒளியும் அதனுடன் போயிற்று
சூழ்ந்த இருளில் சுவடறியாமல்
வழியைத் தேடி வழியிழந்தான்

காட்டு நரிகளின் ஊளை
உலவும் புலிகளின் உறுமல்
கண்களைக் கட்டிய காரிருள்
கால்களை இடறும் பாறைகள்

கண்கள் இருண்டு கால்கள் தொய்ந்து
மண்ணில் விழுந்தான் இளவரசன்
காலை விடிந்து கண்விழித்துப் பார்க்கக்
காட்டுக்கோவில் வாசலில் கிடந்தான்

கர்ப்பக்கிருகத்தின் இருளில் இருந்து
கரும்பச்சைக் கச்சையணிந்து
வெண்ணிறப் பற்கள் காட்டி
வெளியே வந்தாள் கன்னி இளவரசி

கருத்த சருமம் கார் கருங்கூந்தல்
விழித்த கண்கள் வேல் போன்ற விழிகள்
பழித்த பார்வை கண்களில் செங்கோபம்
சிவந்த அதரம் சிரிப்பில் எக்காளம்

கார்குழலில் செம்மலர்கள்
கைகளிலே பெரும்போர்வாள்
வலது காலை முன்னே வைத்துக்
கம்பீரமாய் அவள் நடந்து வந்தாள்

வாசலில் கிடந்த இளவரசன்
நடந்து வந்தவள் முகம் கண்டான்
கண்களில் கனன்ற கோபம் கண்டு
கைகளை ஊன்றி எழுந்திருந்தான்

ஏனிந்தக் கோபம் ஏந்திழையே என் மேலே
கூனிக் குறுகி நான் கும்பிட்டு உன் இதயம்
தேடித் தவித்துத் திக்கெட்டும் அலைந்திங்கு
வாடித் தறிகெட்டு வஞ்சகத்தில் சிக்குண்டு
பேடியாய்க் குழிபதுங்கி நெஞ்சகம் புண்பட்டேன்

பாடல் இசைத்துப் பின் பார் முழுதும் ஓடிவந்து
கூடிப் பிரியாமல் உன்னோடு முக்காலம்
நாடி நலம் பொருந்தி வாழ்ந்திட நான் ஏங்கினேன்
ஏடீ பெண்பாவாய் என்னிதயம் புரியாதோ
கோடிப் பொன்னிங்கு தேடிக் கொடுத்தாலும்
காலம் முழுவதிலும் கிடைத்திடவே முடியாத
கோவையிதழ் தேனருந்தித் தாகம் தீர்ந்துவிட
வருவாய் நீயென்று காத்திருந்தேன் வெகுநாளாய்

வந்துவிட்டாய் என்று நான் மகிழ்ச்சியுற நினைக்குங்கால்
சினம் மிகுந்து சீற்றமுடன் சிவந்து நிற்கும் உன் கண்கள்
கண்டு நான் மனம் நொந்து காரணமே தெரியாமல்
நிற்கின்றேன் உன் முன்னால் நீதி நீ காட்டிடுவாய்
என்று மனம் பேதலித்துக் கலங்கி நின்றான் இளவரசன்

நீயே தேடி என்னைக் கண்டதாய் நினைத்தாயோ
நான் உன்னைத் தேடி என்னை நீ நாட வைத்து
ஆத்திரம் நீ கொண்டிங்கு அலைந்து திரியுங்கால்
பூத்துப் பின் காய்த்துக் கனியும் நன்னாள் பார்த்து
வாத்தியங்கள் இசைத்து வாவென்று உனை அழைத்து
உன்னோடு சேர்ந்து உலகமெலாம் சுற்றிவரக்
காத்திருந்தேன் உன் வழியைப் பார்த்திருந்தேன் தினமும் நான்

நான் அழைத்தபோதெல்லாம் நீ கேட்டு வாராமல்
நானிலம் எங்கும் தறிகெட்டு அலைந்திட்டாய்
கண்மூடிக் கருத்திழந்து பண்ணொலித்தும் கேளாமல்
விண்ணவர் திறந்து வைத்த வாசலை நீ பாராமல்
மண்ணில் கிடந்துழன்று மதிகெட்டு மனம் வெதும்பி
நின்னருகில் நின்றிருக்கும் எனைக் கண்டு கொள்ளாமல்
என்னிதயம் தேடி எங்கெங்கோ அல்லலுற்று
உடல் சோர்ந்து மனம் சோர்ந்து எனை மறந்து போய் நின்றாய்

கணக்கிட அலகிலாக் கானல் பெருங்கடல் மூழ்கி
முனைப்புடன் இன்ப துன்பம் இரண்டையும் நீ
கண்டுகொண்டு
கழித்திட்ட காலமெல்லாம் கன்னி எனைக் கோபமுறச்
செய்து நிதம் பார்த்திருக்கும் வலி தீர மாட்டாமல்
பெய்த மழை நீ செல்லும் பாதைகளைக் கலைத்ததுவே

இன்னும் எத்தனை நாள் ஏங்கி நான் தவித்திடவும்
காலப் பெருங்கனவில் கண்டு உனைச் சேர்ந்திடவும்
எண்ணித் தவமிருந்தேன் எத்தனை நாள் காத்திருந்தேன்
காட்டினுள்ளே நீ வருவாய் என்று நான் கண்டுகொண்டு
கோவில் கட்டி நின்றிருந்தேன் வாயில் வரப் பார்த்திருந்தேன்

ஏன் கோபம் நான் கொள்ளக் கூடாது நீ சொல்வாய்
காலத்தை நிறுத்திவைத்து இளமை நான் காத்திட்டுக்
கருங்கல்லில் உருக்கொண்டு கற்சிலையாய் நின்றிருந்தேன்
நெருங்கி வந்து சேர்ந்திடவும் மாட்டாமல் உறைந்திருந்தேன்

காட்டினுள் நீ நுழைந்ததைக் கண்டதும் நான் விழிப்புற்றேன்
கல்லாகிக் காத்திருந்த கோபம் இன்னும் தீரவில்லை
வில்லில் பொருத்திவிட்ட அம்புபோல் காத்து நின்று
நாண் இழுத்தும் விட முடியா நிலை இங்கு நீண்டுவிட
வீணாகும் காலம் என் வாழ்நாளில் வதைத்த கதை
காணாமல் உனை நான் கழித்த வதை இதையெல்லாம்
உன் மயக்கத்தில் நீ சற்றும் அறியமாட்டாய் என்று
இளவரசி கொதித்தாள் இடைவிடாமல் அழுதாள்
கொஞ்சம் கொஞ்சமாகப் பின் கோபம் கரைந்திட்டாள்

காட்டு வெளியினில் கன்னியும் காளையும்
காற்று மட்டும் சூழ்ந்து காவல் புரிந்து நிற்க
வேனிலும் தூறலும் வேடிக்கை பார்த்திருக்கக்
கட்டற்றுக் கேட்பாரற்றுக் காதல் மிகப் புரிந்து
வேட்கையும் வேட்டையும் வேதனை தீர்வதும்
கேளிக்கை மட்டிலும் வாடிக்கையாகிப்போய்
பாட்டும் புதுப்பாடம் பயிலுவதும் பருகுதலும்
ஊட்டலும் உண்ணலும் உலவுதலும் உருகுதலும்

வாழ்நாளில் இதுவரையில் காணாத காட்சியெல்லாம்
காட்டிவிட்டுக் கண்டுவிட்டுக் கரைதேடிக் காணாமல்
வானும் மனமும் வளர்ந்து வந்த கதையும் மறையக்
காலம் மறந்து கலை மறந்து கற்றவை எல்லாம் மறந்து
விண் திறந்து விழி திறந்து வித்தை பல கற்றுக்
கண் திறந்து புதிதாய்க் காணாத உலகம் கண்டு
ஊனுடம்பும் உயிருணர்வும் உள்ளமும் நிறையப்
புத்துடலும் புத்துயிரும் புத்துணர்வும் கூடி நிற்கப்
புதிய கதை ஒன்றிங்கு தொடங்குவது காணீர்

•

## யாத்திரை

சிறுவயதில் நதிக்கரையோரம்
விளையாடப் போய்க்
காணாமல் போய்விட்ட
இளவரசியைத் தேடிப்
புறப்பட்டான் இளவரசன்

ஆண்டு பல நடந்தான்
அங்குமிங்கும் தேடினான்
அதிசயங்கள் நடக்கவில்லை
அற்புதங்கள் ஏதுமில்லை

கற்ற வித்தை அத்தனையும்
பெற்ற வழிகள் யாரறிவார்
பாரில் பற்பல திசைகள் சென்று
வேரில் உதித்த வேட்கைதனை
வேண்டிப் புறப்பட்ட இளவரசன்
தேடிச் சென்ற நாள் முதலாய்

ஆடிப் பாடி ஓடி
அலைந்து திரிந்து
சோர்ந்து வருந்திப் பின்
சொல் விடுத்துத் தனை மறந்து
வழி நெடுகிலும்
புதர்கள் மண்டிக் கிடக்கும்
பழைய பாதையின் ஓரத்தில்
படுத்துக் கிடந்தான்

பாதையில் சென்ற பயணிகள்
அவனைக் கவனிக்கவில்லை

பூதலத்து மாந்தர் அங்கு புகழருந்திப் போதையில்
இமைத்திடாத கண்களில் இங்குமங்கும் அலைந்திட
பழித்திடாத பாதையின் விழித்திடாத நித்திரை
சுழித்த நெஞ்சம் ஏங்கிடக் கழித்திடும் காலத்தில்

ஒருமுறை கண்டிட ஓர்வழி இல்லையே
நெடுங்கனவில் விழித்திட நல்லுபாயம் தெரிந்திட
கடுங்கனவு முடிந்திடும் காலம் என்று வந்திடும்

என்று அங்கு காத்திருந்து
ஓய்ந்திருந்த இளவரசன்
மேற்கே தெரிந்த நீரருவியின்
சாரல் பட்டுக் கண் விழித்தான்

காத்திருந்த நாட்களில் கண்டறியாப் புதுநிலம்
திறந்துவைத்த ரகசியக் குகை நுழைந்து கண்டதும்
யாத்திரையின் முடிவிலே யாவரும் கண்டிட
கட்டறுத்த மேலவர் கனிந்து வந்த காரணம்
வேட்கையின் புயல் முடிந்து வேகமும் அடங்கிட

வெட்டவெளிப் பாதையின் திசையிலாப் பெருந்திசை
கண்ட நெஞ்சம் ஓர்கணம் கணக்கிழந்து போய்விட
புதிய ஒளி கண்டதும் புத்துயிர் கொண்டதும்
தாகம் தீர்ந்த நெஞ்சிலே தனியிடம் கிடைத்தது

பண்ணிவைத்த புண்ணியங்கள் எண்ணிவைத்த ஓலையில்
வெள்ளி வரும் நாளிலே பள்ளிகொள்ளத் தோணுமோ
பண்ணிசைத்து வரிதொடுத்த பாவலர்கள் பாட்டிலும்
காவலர்கள் கட்டிவைத்த காலம் வந்த போதிலும்
ஏடு போட்டு எழுதிவைத்த ஏந்திழையின் புகழையும்
மாடு மனை விட்டுவிட்டு காடு ஏகும் காலமும்
வந்த பின்பு வாய் திறக்க வழி சிறிதும் இல்லையே

மேதினியில் ஒளி இறங்க வாதம் இனி வகுத்திடாமல்
போதம் மிகு தூயவர் சொல்லிவைத்த சொல்லிலும்
பல்லிசையின் நாயகி
பழியிலாத பேதையின்
மனம் கடந்த வான்வெளி மயங்கும் அந்த வேளையில்
வெளி கடந்த பெருவெளியும்
துளியில் பெரு வெள்ளமும்
உள்ளமெங்கும் நிறைந்திட
களியில் நெஞ்சம் கரைந்திட

கன்னி இங்கு வந்ததும்
காதல் மொழி சொன்னதும்
உன்னி உன்னி உறைந்த நெஞ்சம் உருகிவிட்ட வேளையில்
பள்ளியிலே பார்த்தணைத்துத் துள்ளி மஞ்சம் சேர்ந்ததும்
கற்ற கல்வி யாவையும் கலவியில் கரைந்திட
உற்ற நெஞ்சம் ஓர்கணத்தில் பற்றறுத்து விட்டதும்
மான்விழியாள் மையலில் தேன்மொழியும் இசைத்திட
ஒளிநடுவில் ஒருநொடியில் ஒளிர்ந்து நின்ற அவள் முகம்

கொடியிடையும் கொல்விழியும் வடிவுயர்ந்து வானுயரம்
ஒளியின் உருக்கொண்டு அவள் ஓங்கி நின்ற கோலமும்
கான் நிறைக்கும் கானமும்
வான் திறந்த மோனமும்
பார்த்த கண்கள் பழி கடந்து பார் கடந்துபோன கதை
கண்ட பின்பு சொல்லற
சொல்ல இங்கு யாருளர்

●

# முதல் முத்தம்

தன் முதல் முத்தத்தில்
இளவரசி பகிர்ந்துகொண்டது
தீ நாக்குகளின் நடனத்தை

மண் பாதைகள் காற்றில்
மறைந்துபோகும் வரலாறு
மழைக்குத் தெரியுமா
என்று கேட்டபோது
வேல்விழிகள் இரண்டு
திறந்து மூடின

காலை மேகங்கள்
சொன்ன கதை இதுதான் என்று
திரும்பிவந்த தூதுவர்கள்
அரசனிடம் சொல்ல
பாதாளச் சிறையில் இருந்த
மந்திரியை விடுவித்தான் அரசன்

பௌர்ணமிக்கு முன்னால்
இளவரசி கன்னி கழியவேண்டும்
என்றார் மந்திரி

புலவரை அழைத்து அதற்குள்
பாடல் ஒன்று எழுதச் சொன்னான் அரசன்
அவையோர் அவனைக் கானகம்
ஏகுமாறு பணித்தனர்

கன்னி கழிந்து இளவரசி
மகுடம் சூட்டி
அரசியான அன்று
பேரிருள்
நீங்கத் தொடங்கிற்று

●

ஆனந்த்

# நித்யகன்னி

நித்யகன்னியைத் தேடி
நாட்கள் பல அலைந்து
நானிலத்தில் தேடிவிட்டுச்
சோர்வுடன் ஒருநாள்
சற்றுக் கண்ணயர்ந்தபோது
இளவரசன் மனத்தில்
விரிந்த கனவு இது

மண்ணின் ஆழத்தில்
நுழைந்த இளவரசன்
ரகசியங்கள் பேசும்
குரல் கேட்டு நின்றபோது
கதை சொல்லத் தொடங்கின
மண்ணுள்ளே வேர்நுனிகள்
காதுகொடுத்துக் கேட்கத் தொடங்கின
மரங்களின் துளிர்நுனிகள்
ஓரமாய் நின்று அங்கே
ஒட்டுக் கேட்டான் இளவரசன்

எல்லைக்கோட்டுக்கு வெளியே
வரிசையாய் நிற்கும் சிற்பங்கள்
அறியாத கதை இது
என்று தொடங்கின வேர்நுனிகள்

மூடி மறைக்கும் ரகசியங்கள்
வெளியுலவும் இரவு நேரம்
இருளில் வெளிச்சக் கனவு காணும்
மெழுகுவர்த்தியின் பாடல்
இரவு முழுவதும் இசைக்கிறது

பாடிக் களைத்த குரல்கள்
ஓய்ந்தடங்கியபின்
வேய்ங்குழல் நாதம்
வீட்டு வாசல்வரை
துணைக்கு வருகிறது

வீட்டு மதிற்சுவர் கடந்து
பப்பாளி மரங்கள் காய்த்துத் தொங்கும்
தோட்டம் கடந்து
கடைசிக் காலடிகள்
வாயிற்படி மிதிக்கும் வரை
நிசப்தத்தில் தனியாகச் சென்று
வாயிற்படியில் கால் வைத்ததும்
கதவு திறந்து வைத்துக்
கைசேரக் காத்திருக்கும்
நித்யகன்னியின் பூமணம் கமழும்
பொன்னுடல் அணைக்கையில்
பொங்கிவரும் புதுப்புனலின்
புனர்கானம் கேட்கிறது

என்று வேர்நுனிகள்
சொன்ன கதை கேட்டுத்
தாபம் மிகக்கொண்டு
இளவரசன் கனவுலகில் நுழைந்தான்
அங்கு அவன் பாடியது...

வாடி என் வான்மயிலே
வந்துபோகும் அலைமகளே
தேனே திரவியமே
தெவிட்டாத தீஞ்சுவையே
மீண்டும் மீண்டும் எந்தன்
மாளாத காதல் நெஞ்சில்
ஆளான நாள் முதலாய்
ஆடுகிறாய் உள்வெளியில்

பாடுகிறாய் பாவை நீ
பயிலாத பாடலெல்லாம்
தேடுகிறேன் அகிலமெங்கும்
தேவதை நீ எங்கு உள்ளாய்

இளமை என்றும் குன்றாத
இதயத்தின் இளவரசி
இன்பத்தின் துணையரசி
இணையில்லா முடியரசி

நெஞ்சம் நெகிழ்ந்து நீராய்ப்
பெருகி நீ ஓடும்போது
கொஞ்சமும் நில்லாமல்
போவதேன் பூமியெங்கும்?

என்று அவன் கேட்ட
கேள்விக்கு அவள் பதிலாய்,

ஏனென்னைத் தேடி நீ
இங்குமங்கும் அலைகின்றாய்
ஏந்திழை நான் எங்கு செல்வேன்
எங்கும்தான் இருக்கின்றேன்

வான் மறைக்கும் ரகசியங்கள்
வாழ்கின்ற நாள் வரைக்கும்
ஊனுடலில் உயிர் நின்று
உள்ளுறையும் காலம் வரை
உன்னுடன்தான் இருக்கின்றேன்
உள்ளபடி சொல்கின்றேன்

கள்ளமற்ற உந்தன் மனம்
கலங்காமல் காக்கின்றேன்
பள்ளம் மேடு இல்லாத
பளிங்கு போன்ற உந்தன் மனம்
உள்ளும் வெளியும்
ஒருசேர உள்ள மனம்
உள்ளபடி காண்கின்றேன்
உறுதுணையாய் நிற்கின்றேன்

காதலினால் எந்தன் உள்ளம்
கடுகி விரைந்து வந்து
மாற்றிலா உந்தன் மனம்
மணம் சேரக் கலந்திடவே
காற்றாக உனை அணைத்துக்
கண்ணிமைக்கும் நேரம்கூடக்
கண்ணை விட்டகலாமல்
கருத்தினிலும் கலந்துநின்று
காலம் கரைந்துவிட்ட
ககனப் பெருவெளியில்
கன்னியென நானும்
கலந்துறைந்து நிற்கின்றேன்
காதல் நெஞ்சம் இங்கு
கனிந்த நிலை நீயறிவாய்

என்றுரைத்தாள் இளவரசி
'நன்று நன்று' என
நூறு குரல் கேட்டுக்
கண்விழித்தான் இளவரசன்

கனவும் நனவும் ஒன்றாய்க்
கலந்துநின்ற மனவெளியில்
காணும் இடமெல்லாம்
கண்டுநின்ற காட்சியின் பின்
காலம் கரையாமல்
கண்விழிகள் இமைக்காமல்
நீள்விசும்பின் அப்பால்
நிர்மலமாய் நற்பொருளாய்
நித்தியமாய் நிலைத்து நிற்கும்
நித்யகன்னி இளவரசி
●